ஓலங்கள் சுழலும் உடைந்த இசைத்தட்டு

(ஜெ.பிரான்சிஸ் கிருபாவின் கையெழுத்துப் பிரதி)

ஜெ. பிரான்சிஸ் கிருபா

படைப்பு பதிப்பகம்

8, மதுரை வீரன் நகர்,
கூத்தப்பாக்கம், கடலூர் - 607 002
தமிழ்நாடு
📞 73388 97788 / 73388 47788

ஓலங்கள் சுழலும் உடைந்த இசைத்தட்டு (கவிதைகள்)

ஆசிரியர்: ஜெ.பிரான்சிஸ் கிருபா

முதற் பதிப்பு: செப், 2024

வடிவமைப்பு: ஆர். பிரகாஷ்

அட்டைப்பட ஓவியம்: வே.ஷண்முகவேல்

அட்டைப்பட வடிவமைப்பு: லார்க் பாஸ்கரன்

வெளியீட்டகம்: இலக்கிய படைப்பு குழுமம்

வெளியீடு: **படைப்பு பதிப்பகம்**

அச்சிடல்: படைப்பு பிரைவேட் லிமிடெட், சென்னை

பதிப்பாளர்: ஜின்னா அஸ்மி

பக்கங்கள்: 138

விலை: ₹ 200

Olangal Suzhalum Udaintha Isaithattu (Poetry Collections)

Author: J.Francis Kirupa

First Edition: Sep, 2024

Publishing Agency: Ilakkiya Padaippu Kuzhumam

Published By: **Padaippu Pathippagam**

Printed By: Padaippu Private Limited, Chennai

Publisher: Jinna Asmi

Website: www.padaippu.com

e-mail: admin@padaippu.com

ISBN: 978-81-19615-99-5

Pages: 138

Price: ₹ 200

(நூல் வெளியீட்டு எண்: 222)

நாம்
விலை கொடுத்து வாங்கும்
சடலமே புத்தகம்
நாம்
அதை வாசிக்கும் போதே
அது உயிர்த்தெழுகிறது

உயிர்ப்புடன்
ஜெ.பிரான்சிஸ் கிருபா

நாம்
விலை கொடுத்து வாங்கும்
சடலமே புத்தகம்
நாம்
அதை வாசிக்கும் போதே
அது உயிர்த்தெழுகிறது

உயிர்ப்புடன்
ஜெ.பிரான்சிஸ் கிருபா

கவிஞர் ஜெ.பிரான்சிஸ் கிருபா அவர்கள் எழுதி, ஒரு மழைக்காலத்தில் தன் கைக்கு வந்து சேர்ந்த அவரின் கையெழுத்துப் பிரதிகளை பத்திரப்படுத்தி வைத்து, தற்போது அவற்றை நூலாகக் கொண்டுவரும் வேளையில் தன் பணிகளுக்கிடையில் அவற்றை மிகவும் நேர்த்தியுடன் தொகுத்துத் தந்த இயக்குநர் திரு. கோ. பட்டுராஜன் அவர்களுக்கு படைப்பு பதிப்பகத்தின் சார்பில் நன்றியைத் தெரிவித்துக்கொள்கிறோம்.

பதிப்புரை

ஜின்னா அஸ்மி, பதிப்பாளர்

காலம் ஒரு பறவையைக் கூண்டில் அடைத்தாலும், தன் விடுதலைக்கான வழியை தானே உருவாக்கிக் கொள்ளும் ஆற்றலுடைய கவிதைப் பறவை ஜெ.பிரான்சிஸ் கிருபா அவர்கள். தன்னியல்பு மாறாமல் படைப்புகளைத் தந்து தனிப்பெரும் ஆழியாக வாசக அலைகளை உருவாக்கிக் கொண்ட மகா சமுத்திரம் இவர். வாழ்வியலின் தூரத்தை துயரத்தால் அளவீடு செய்து அதை எழுத்துக்களில் ஏற்றிப் பார்த்த எதார்த்தவாதி. தன்னைக் கிள்ளி எறியும்போதோ, பறிக்கும்போதோ, இன்பத்திலோ துன்பத்திலோ வெவ்வேறு மணம் தராமல் ஒரே மாதிரி மணம் வீசும் புன்னகை பூக்கும் மலர் இவர். தன்னையே ஒரு கவிதையாக கர்த்தரிடம் ஒப்புக்கொடுத்து விட்டவர். காலத்தின் கைகளில் எப்படியாவது கவிதையை ஒப்படைத்து விட வேண்டும் என அவரை சந்திக்கும்போதெல்லாம் சொல்லிக் கொண்டிருப்பார். இதுவே கடைசி காலமென தெரியாமல் அவர் கைப்பட துண்டுச் சீட்டுகளிலும் டைரியிலும் எழுதி வைக்கப்பட்ட கவிதைகளை ஒவ்வொன்றாக சரிபார்க்கப்பட்டு முறைப்படுத்தி இறுதிவடிவம் கொடுக்கப்பட்டு உருவாக்கப் பட்டிருப்பதே 'ஓலங்கள் சுழலும் உடைந்த இசைத்தட்டு' நூல்.

திருநெல்வேலி மாவட்டம், நாங்குநேரி வட்டம், மூன்றடைப்பு, பத்தினிப்பாறை கிராமத்தைப் பூர்வீகமாகவும், சென்னையை வாழ்விடமாகவும், கொண்ட படைப்பாளி ஜெ.பிரான்சிஸ் கிருபா அவர்களுக்கு இது, பத்தாம் நூல். இவரது கட்டுரைகள் மற்றும் கவிதைகள் பல பத்திரிகைகள், இதழ்களில் பிரசுரமாகி இருக்கின்றன. திரைப்படத்திலும் ஏராளமான பாடல்களை எழுதி

இருக்கிறார். தமிழ் இலக்கிய உலகத்தில் கொண்டாடப்படும் 'கன்னி' போன்ற புதினங்கள் இன்னும் ஒன்றிரண்டு இவரிடமிருந்து வந்திருக்கக் கூடாதா என வாசகர்கள் ஏங்கிக்கொண்டிருந்தார்கள். நாம் அவரை தவற விட்டது போல காலமும் அதை தவற விட்டிருக்கலாம். சுந்தரராமசாமி விருது, சுஜாதா விருது, மீரா விருது, ஆனந்த விகடன் விருது என பல விருதுகளையும் பெற்றவர் இவர் என்பது குறிப்பிடத்தக்கது.

எமது படைப்பு பதிப்பகத்தின் மூலமாகத் தனது கவிதைத் தொகுப்பை வெளியிட விருப்பம் தெரிவித்திருந்த படைப்பாளி ஜெ.பிரான்சிஸ் கிருபா அவர்களுக்கும், அதை தொகுத்தளித்த படைப்பாளி கோ. பட்டு ராஜன் அவர்களுக்கும், வாழ்த்துரை வழங்கிய படைப்பாளி யூமா வாசுகி அவர்களுக்கும், அட்டைப்படம் வடிவமைத்த ஓவியர் வே.ஷண்முகவேல் அவர்களுக்கும் மற்றும் இந்நூல் வெளிவர உதவிய கவிஞர் கிருபாவின் உயிருக்குயிரானவர்கள் உட்பட அனைவருக்கும் படைப்புக் குழுமம் தனது நன்றியைத் தெரிவித்துக் கொள்கிறது.

வளர்வோம்! வளர்ப்போம்!!

படைப்புக் குழுமம்

காலத்தின் மீதான சித்திரங்கள்

கவிஞர் யூமா வாசுகி

எங்கெங்கோ சுற்றி அலைந்துவிட்டு, ஆயாசப் பூஞ்சை படிந்த உடலுடனும் மனதுடனும், எதையோ பரிகசிக்கும் முறுவல் காட்டி கிருபா வெகுநாட்களுக்குப் பிறகு என்னிடம் வருகிறான். அவனருகில் ஒரு நாற்காலியை இழுத்துப் போடுகிறேன். அப்போது, ஓங்கு பிரகாசத்துடன் ஏழுவால் நட்சத்திரமொன்று உச்சியில் நிலைத்தது.

அந்தப் புன்னகை, பிள்ளைமை கனிந்த மகிழ்வுக் கீற்றாக மாறியிருந்தது. வசதியாகச் சாய்ந்து அமர்ந்து கால்மேல் கால் இருத்தி, கைகளைப் பிடரியில் கோர்த்து சில நிமிடங்கள் அமைதிகொள்கிறான்.

நான் அவனையே உற்றுப் பார்த்திருக்கிறேன்.

சட்டென்று, ஆழ்ந்த ஒரு துயரம் கணச் சிகிச்சையாக அவன் முகத்தைத் தனதாக்கியிருந்தது.

வழக்கப்படி, தோள் பையிலிருந்து சில காகிதங்களை எடுத்து சோர்வுடன் கொடுக்கிறான். அவை கவிதைகள். சில மிகப் பழையவை. கிழிந்துபோன ஒன்றிரண்டு. புதிதான மற்றவை. எல்லாம் கசங்கல் பிரதிகள்.

காகித மடிப்புகளையும் சுருக்கங்களையும் நீவி எழுத்துகளை யெல்லாம் நேராக்கி நான் வாசிக்கத் தொடங்குகிறேன். அவன் தன் மதுப்புட்டியைத் திறக்கிறான்.

சிறுகச் சிறுக போதை பற்றியேற சஞ்சலப் பார்வையுடன், தன் தலைக்குமேல் நிலைத்த நட்சத்திரத்தைப் பார்க்கிறான்.

கவித்துவ மேதமையின் அருட் செறிவு, ஈர இலைகளின் மீது பளீரிடும் இளவெயிலாக மிளிர்ந்து கிடக்கிறது. கவிதை அவனை அதிமோகித்து தன் ஆன்மாவுக்குள் அழைத்து தழுவிக்கொள்கிறது. அதில் களித்துப் பூத்த அவனோ, ஒவ்வொன்றிலுமான உயிர்மையைக் கொண்டு உன்மத்தமாடி கடவுளின் பார்வையை வாங்கி வந்து அனைவருக்கும் பகிர்கிறான்.

இப்போது எல்லாம் நன்கு துலங்குகின்றன.

சரியான வரிசையில் நேர்த்தியாகச் செல்லும் எறும்புகள்... பிறந்ததிலிருந்து தூங்காமல் ஓடிக்கொண்டிருக்கும் நதி... விடியமாட்டேன் என்று விடாப்பிடியாகச் சொல்லும் இரவு... ஆளற்ற ரயிலில் பயணிக்கும் காலி இருக்கை... பொய்களைக் கண்டு பூரித்து கண்ணீர் மல்கும் உண்மைகள்...

என் முனைப்பை சிதைப்பதாக இடைமறித்துச் சொன்னான்:

"புங்கைமர நிழலாடிய தண்டவாளத்தில்
ஊர்ந்து சென்ற சிற்றெறும்பை
விலகச் சொல்லி ஒலி எழுப்பி
வேகம் குறைத்த ரயிலை
ஓட்டி வந்தது
யாராக இருக்கும்?

ஒருவேளை,
அது நானாக இருக்குமோ?"

நான் அவன் கரம் பற்றி விழிகளில் கூர்ந்து, "ஆமாம், ஆமாம், அது நீயேதானடா கண்ணே!" என்றேன்.

இடைவிட்டு துய்க்கத் தொடங்குகிறேன்...

தன்னை ஏலம் இடுகையில், ஏலம் கேட்கக் கூடியிருக்கும் கூட்டத்தில் நிற்கும் ஒருவன்– பூமியில் சொட்டிக் கொண்டிருக்கிறது ஆகாயத்தில் நிலவைக் கட்டிக்கொண்டிருப்பவனின் வியர்வை, தூரதூரத்தில் தனியாக எரிந்துகொண்டிருக்கும் ஒரு குடிசை... ஒரு மஞ்சள் குருவி சதா பாடும் சங்கீதம்... நேரம் சரியில்லாத ஒரு கடிகாரம்...

போதை சிலிர்த்துப் பரவ, வாசிப்பைத் தடுத்துப் பதற்றத்துடன் சொன்னான்:

"ஒற்றை உயிரை வைத்து
சூதாடிக் கொண்டிருக்கிறேன்
கண்டிப்பாக யாரும்
என்னிடம் தோற்றுவிடக் கூடாது
என்ற எச்சரிக்கையோடு..."

மனம் கலங்கி கண்கள் பனிக்க, என்ன சொல்வதென்று தெரியாமல் அவன் சிரசில் முத்தமிட்டுச் சொன்னேன்:

"சற்றே அமைதிகொள் அன்பே..."

என் முகக் குறிப்பிலிருந்து உள்ளத்தை ஒற்றறிபவனாக, அவ்வப்போது தலையசைத்தபடி என் வாசிப்பை அவதானித்துக் கொண்டிருந்தான்.

ரகசியமாகப் பேசிக்கொண்டிருக்கும் ஊற்றும் ஓடையும்... மழையின் குரலைத் திருடி வந்து மௌனமாக அமர்ந்திருக்கும் காற்று... கடலாக வாழ்வது எவ்வளவு கஷ்டமென்று தெரியாத அலைகள்... தொங்கியபடியே தூங்கும் ஊஞ்சல் பலகை... ஒரு நாளேனும் இரவாக வேண்டும் எனும் பகலின் ஏக்கம்...

சற்றே கண்கள் செருகும் லாகிரியில், என் நூலகப் புத்தகங்களைப் பார்வையிட்டுத் திடுமென்று கேட்டான்:

"இறக்கத் தெரியாத
ஒரு உயிர்
என்னுள்
ஊஞ்சலாடுவதை
எப்படிப் பார்க்கிறீர்கள்
நீங்கள்?"

குரல் தடுமாற்றத்தில் அவன் மேற்கொண்டு பேசியது புரியவில்லை. முற்றிலும் உடல் தொய்ந்து கண்ணீர் மல்க தொப்பென்று இருக்கையில் சாய்ந்தான்.

நான் சற்றுச் சினந்தேன்: "நீ என்றும் இருப்பாய் என் அருமையே! நம் காலத்தின் மீது நீ தீட்டியிருக்கும் சித்திர வேலைகள் என்றும் நிறங்கள் உலராத பசுந்தழல்கள்!"

"சரி நீ படி, நான் சற்றுப் படுக்கிறேன்" என்று சுவற்றோரம் சாய்ந்து சரிந்தான். அவன் முதுகுக்கு அணைப்பாக ஒரு தலையணை வைத்துவிட்டு நான் பக்கங்களிடம் வந்தேன். அங்கே,

புதிதாய் சித்தித்திருந்தது ஒரு சொல்... முத்தங்கள் வழி நெடுக உதிர்ந்து கிடந்தன... லாரியில் அடிபட்டு சாலையில் இறந்துபோன ஒருவன்... குண்டடிபட்டு மருத்துவமனையின் அவசர சிகிச்சைப் பிரிவில் அனுமதிக்கப்பட்டிருக்கும் நான்கைந்து ஆறுதல் வார்த்தைகள்... ஒரு விதைக்குள் ஒளிந்திருந்து உற்றுப் பார்க்கும் ஒரு விருட்சத்தின் நிழலை விரித்து நிலத்தில் படுத்திருப்பவன்...

அவன், படுத்த நிலையிலிருந்து துள்ளி எழுந்து அறைக்குள் குறுநடையாக உலவினான். கொஞ்சம் தண்ணீர் பருகிவிட்டு நாற்காலியில் அமர்ந்து ஒரு சிகரெட் பற்றவைத்தான். அவன் வார்த்தைகள் அறையெங்கும் சிறகடித்துப் படபடத்து சுவர்களில் முட்டிக் கீழே விழுந்து ஊர்ந்தன:

"என்னை நானே மறந்துபோய் விடுவேனோ என்ற அச்சம் புடைசூழ்ந்து வருகிறது படையெடுத்தபடி..."

"நான் தருவித்துக்கொள்ள வேண்டும்
என் மரணத்தை
நானே என்னிடமிருந்து!"

திடீரென்று ஒரு மகாப் புழுக்கம் வந்தடைந்தது. வியர்த்தது. அவனை ஏறிட்டுப் பார்த்தேன்:

"ஒருபோதும் இப்படிச் சொல்லாதே... உன் வாக்கு பலிக்காதிருக்கட்டும்!"

இதைக் கேட்டு அவன் தனக்குள் முணுமுணுத்தான். எழுந்து மட்டுமீறிச் சிரித்தான். சிகரெட் புகை தொண்டையில் சிக்கி இருமினான். நான் மீண்டும் அவனைப் பிடித்து உட்கார வைத்து ஆசுவாசப்படுத்தினேன். "கொஞ்சம் தேநீர் போடவா?" என்றேன். அவன் நாற்காலியிலிருந்து இறங்கி தரையில் அமர்ந்து

மறுத்தான். தொலைவை வெறித்தபடி உக்கிரமாக கடுந்துயரின் உதிர நெடிவீசும் வார்த்தைகளை எறிந்தான்:

"என்னைச் சிலுவையில் அறைய வேண்டும், அவ்வளவுதானே?
அற்புதமாக செய்துவிடலாம்!
ஆணிகளோடும் சுத்திகளோடும் ஓடோடி வாருங்கள்!"

வாழ்வின் கொடுங்கூர்கள் அவனை வகிர்ந்து வெளியே எடுத்துப் பரப்பிய வார்த்தைகள்!

ஏதேதோ சொல்லி அவனை அமைதிப்படுத்த முயன்றேன். மிச்சமிருந்த மதுவை ஒரு மிடறில் பருகி முடித்தான். என் அணைப்பிலிருந்து விடுபட்டு சட்டென்று வெளியேறினான். தள்ளாடும் நடையுடன் கைகளை வீசி எதையோ மறுத்து, தலையாட்டி எதையோ ஆமோதித்து தனக்குத்தானே பேசியபடி மிகு தனியனாக நடந்து செல்கிறான்.

"போய்வா என் சகோதரனே. என் இதயத்தை முழுமுற்றாக உனக்கு அர்ப்பணித்தேன்..." என்று நான் அவன் பின்னிருந்து உரத்துச் சொன்னேன். அது அவனுக்குக் கேட்டதா என்று தெரியவில்லை. நொடியில் மாறிவிட்ட அடிவானின் நிறஜாலம்போல சகலத்திலும் ஐக்கியப்பட்டுக் காணாமல்போனான்.

உச்சியில் நிலைத்திருந்த நட்சத்திரம் இப்போது இல்லை.

யூமா வாசுகி

08/09/24
பட்டுக்கோட்டை

பிரான்சிஸ் கிருபா -
பால் வீதியின் தனித்த நட்சத்திரம்...!

கவிஞர் தமிழச்சி தங்கபாண்டியன்

Out of suffering have emerged the strongest souls;
the most massive characters are seared with scars.

Khalil Gibran

வினோதங்களின் கலவையாக வியாபித்து இருக்கக் கூடியவர்களே கவிஞர்கள். அவர்களை எந்தச் சட்டதிட்டங்களுக்குள்ளும் கொண்டு வர முடியாது. அவர்கள் விவரிக்க முடியாத சுதந்திர வெளிகளை யாசிக்கக் கூடியவர்கள். இந்த மாறுபட்ட மனநிலைகளே, சாதாரண மனிதர்களிடமிருந்து கவிஞர்களையும் படைப்பாளிகளையும் வித்தியாசப்படுத்துகிறது.

கவிதைகள் எப்படி உருவாகும்? எந்த விதத்தில் உருவாகும்? எப்போது உருவாகும் என்றெல்லாம் யாரொருவராலும் கண்டு சொல்ல இயலாது. ஒரு நல்ல கவிதை, தான் உருவாகத் தனக்கான சூழ்நிலையைத் தானே உருவாக்கிக் கொள்ளும். அப்போது, கவிஞன் அந்தக் கவிதையை உருவாக்குகின்ற கருவியாக இருந்தாலே போதும்.

ஒரு மரத்தின் இலைகளைப் போல கவிதை இயல்பாக வரவில்லை என்றால், அது வராமல் இருப்பது நல்லது என்கிறார் ஜான் கீட்ஸ். தன்னியல்பில் தோன்றாத கவிதைகள் காலத்தின் பேரோட்டத்தில் காணாமல் போய்விடும். தன்னெழுச்சியையும், தன்னூக்கத்தையும் கொண்டிராத படைப்பாக்கங்கள் மங்கி மரணித்துப் போய் விடுகின்றன. சாதாரண அன்றாடத்

தருணங்களில் தனக்கான கைப்பிடி மண், கையளவு வானம், ஒரு குவளை நீர் — இவற்றைக் கண்டடையும் அற்புதக் கவிஞன் எனதன்பு கிருபா.

அன்பின் தூய்மையோடு வாழ்ந்தவரே கிருபா. ஆயிரக்கணக்கான நட்பின் கால்களால் நடைபோட்டவர். மங்கிய மஞ்சள் நிற புன்னகைக்குச் சொந்தக்காரர். தன்னைச் சுற்றி நடக்கும் அபூர்ப கணங்களுக்குச் சொல்தானம் செய்து கவிதை எனும் அசாத்தியங்களைச் சாத்தியமாக்கியவர். சாதாரணங்களும், இரக்கக்குணமும் இரண்டறக் கலந்த இயல்புக்காரர். கிருபாவை நினைக்கும் போதெல்லாம் ஆங்கிலக் கவிஞன் ஜார்ஜ் கோர்டன் பைரன் நினைவுக்கு வந்து போகிறான்.

இளம் பிராயத்தில் இருந்தே கூர்மையான சிந்தனையும், இரக்க குணமும் கொண்டவர் பைரன். ஒருமுறை அவருடைய நண்பனை அவனை விடப் பெரிய சிறுவன் ஒருவன் போட்டு அடித்துத் துன்புறுத்திக் கொண்டிருந்தான். சுற்றியிருந்த மற்றவர்கள் அனைவரும் வேடிக்கை மட்டுமே பார்த்தனர். அப்போது அங்கு வந்து இதனைப் பார்த்த பைரன், “நீ அவனை இன்னும் எத்தனை அடி அடிக்கப்போற?” என்று கேட்டார்.

இப்படியொரு கேள்வியை எதிர்பார்க்காத அவன் ஆச்சரியத்தோடும் திகைப்போடும் “ஏன் கேக்குற?” என்று கேட்டான்.” இல்லை! நீ அவனை அடிக்கின்ற அடில பாதி அடிய நான் வாங்கிக்கிறேன்... தயவு செஞ்சி அவன விட்டுடு!” என்று பைரன் மன்றாடினாராம். அதற்குப் பிறகு அடித்துக்கொண்டிருந்தவன் என்ன செய்வதென்று தெரியாமல் அதிர்ந்துபோய், மேற்கொண்டு அவனை அடிக்காமல் அப்படியே விட்டுவிட்டு சென்றுவிட்டானாம். அப்படித்தான் பிறர் துயர் கண்டு துடிக்கும் கிருபா கோயம்பேட்டில் அந்த வடநாட்டு சகோதரரைக் காப்பாற்றச் சென்று காவல்துறையில் சிக்கிக் கொண்ட சம்பவத்தைப் பார்க்கின்றேன்.

மேலும், பைரன் விலங்குகளிடமும் அதீத அன்பு கொண்டிருந்தார். அவர் வளர்த்த நாய் ஒன்று இறந்தபோது “நான் செத்தால் இதன் பக்கத்திலேயே புதையுங்கள்” என்றாராம். தன் கல்லூரிக் காலத்தில் நாய் வளர்க்க அனுமதி மறுக்கப்பட்டதால் கரடி வளர்த்துப் புரட்சி செய்தவரே பைரன் ஆவார். இப்படி வெகுசன

எண்ணவோட்டத்திலிருந்து தன்னியல்பில் வாழ்ந்தவரே கிருபா. அவரின் கவிதைகள் அபூர்வ கணங்களின் உயிர் சாட்சிகளே!

இரவு என்பது உறங்குவதற்கு மட்டுமே என்று நாம் கருதிக் கொண்டிருக்கின்றோம். மறுநாளை மலரச் செய்வதற்கு பார்க்கப்படும் கரும் ஒத்திகை நேரமாகவே இதனைப் பார்க்கப் பழகியிருக்கின்றோம். இரவைப் பற்றி நம்மிடம் எந்த ஒரு பெரிய கருத்தாடல்களும், பெரிதான சிந்தனைகளும் ஒருபோதும் இருந்ததில்லை. ஆனால், கிருபாவின் இரவு வண்ணமயமானது.

கருமையின் அருமை உணராமல்
ஓர் இரவை விருந்துக்கு
அழைக்க முடியாது.

அந்த இரவையே ஒரு விருந்துக்கு அழைக்கும் கிருபாவின் மேல் இரவு பெருங் காதல் கொள்ளாமல் இருக்குமா? நாம் எதையெல்லாம் பொருட்படுத்தாமல் கடந்து செல்கின்றோமோ அவற்றைப் பாடுபொருளாக்கி அதில் அபாரமான வரிகளைத் தருவதே கிருபாவின் வித்தகமாகும். மழை பிடிக்காத மனிதர்கள் யாருமில்லைதானே? அதை மீண்டுமொரு முறை, தன் கவிதையில் நிரூபணம் செய்கிறார்.

அழகான மேகம்
மழையாகும் நேரம்
நனையாத யாரும்
அழகில்லையே!

மழை, மேகம், நனைதல் ஆகியவை எல்லோரும் அறிந்த சொற்கள் தாம். ஆனால், கிருபாவிற்கு இவை வெவ்வேறான அனுபவ வார்த்தைகள்! தன் வாழ்வு குறித்து அவரிடம் ஆயிரமாயிரம் கேள்விகள் குவிந்து கிடக்கின்றன. அது குறித்த குற்ற உணர்ச்சிகளும் அவர் வாழ்ந்த நாட்களில் கிருபாவை அலைக்கழித்திருக்கின்றன. அதன் வெளிப்பாடாகவே, பின்வரும் இந்தக் கவிதை பின்னப்பட்டுள்ளது.

நான் செய்வதற்கும்
என்னால் செய்யப்படுவதற்கும்
இன்னும் ஒரே ஒரு குற்றம்தான் மீதமிருக்கிறது.

முன் செய்த குற்றங்கள் என்னென்ன என்பதற்கான பட்டியல் இட்டாலும் கோபிக்க முடியாத பேரன்புக்காரன் அல்லவா கிருபா?

அழகியலும், படிமமும், நவீனத்துவமும், கவித்துவமும் சரி விகிதத்தில் கலந்து உருவாக்கப்பட்டுள்ள கீழ்க்காணும் கவிதையைப் பாருங்கள் —

ஒளி ஒரு தாளம்
சக்தியின் கூத்தில்
இருள் ஒரு ராகம்
இரண்டும் புணர்ந்து
பெற்றெடுத்ததுதான்
காலம்
இவைகளைப் பின்னிக் கொண்டிருக்கிறது
நேரம்

தத்துவ விசாரங்களும் மொழியின் சூட்சுமங்களும் கவிஞனின் மன அந்தரங்கங்களும் பின்னிப் பிணைந்து உருவாகியுள்ள செம்மைக் கவிதை இது!

கிருபாவின் வாழ்க்கை தடங்களில் எத்தனையோ ஏமாற்றங்கள், தவிப்புகள், தடுமாற்றங்களும் நிரம்பி வழிந்தாலும் அவருடைய கவிதைகளில் அந்த அலுப்பு ஒருபோதும் தெரிந்ததில்லை. தன்னுடைய அனைத்துச் சிரமங்களையும் கவிதைகளில் பொலிவாக மாற்றிக் காட்டி விடுவார். இந்தக் கவிதையில் தன் குறைகள் தோய்ந்த வாழ்க்கையைத் தோகை போர்த்தி காட்டுகிறார் —

சூரியனின் கண்களில்
ஒளிர்ந்த அலுப்பு
சலிப்பூட்டவில்லை
எனக்கும்
என் பாலைவனத்துக்கும்

எனத் தன் வாழ்க்கைப்பாட்டை கிருபாவால் மட்டும் மிகையின்றிக் கவிதையாக்க முடியும்!

'சொற்களில் இருந்து அர்த்தங்கள் மௌனத்திற்குத் திரும்பும் வழி இது' என்று எழுதியுள்ள கிருபாவின் வரிகளில் மட்டுமே அடங்கியிருக்கிறது அவருடைய சொற்களுக்கான அர்த்தம்.

வாழ்வில் எத்தனையோ மேடு பள்ளங்களையும் புதைகுழிகளையும் கடந்து வந்த கிருபா இன்று நம்மிடையே இல்லை. தயக்கங்களும் வெள்ளந்தித்தனங்களும் இரண்டறக் கலந்த கிருபாவைப் போலவே அவருடைய கவிதைகளும் மிக எளிமையானதாக, அதே சமயம் நவீனத்தின் புத்தொளிகளையும் கொண்டவை. சாதாரண மனிதர்களுக்குத் தட்டுப்படாத ஒரு மாறுபட்ட வாழ்வியல் சூழலைக் கொண்டிருக்கக்கூடிய மனிதர்களுக்கு மட்டுமே தட்டுப்படுகின்ற அரிய தருணங்கள் கிருபாவிற்கு மட்டுமே கையளிக்கப்பட்டவை. கிருபாவின் கையெழுத்தில் இவற்றைப் பார்க்கும் போது, சிறு விம்மலோ, கேவலோ இல்லாமல் அவற்றை எப்படிக் கடக்க?

கிருபாவின் கையெழுத்துகளைப் பார்க்கிற போது பழுப்பு நிறம் தோய்ந்த அவருடைய மிகச் சன்னமான புன்னகையே மீண்டும் மீண்டும் நினைவுக்கு வருகிறது. ரூபமாக அவனில்லை இப்போது. 'தமிழச்சி நான் இங்க இருக்கேன்' என நள்ளிரவில் தொலைபேசும் அவனது குரலும், சிரிப்பும் அழிவற்ற நினைவின் பெருஞ்சாபமும், வரமும் எனக்கு.

       பாதசாரிகளுக்குச் சொந்தமில்லை
       பாதச்சுவடுகள்
       மணல் புயல் வீசியோய்ந்த
       பாலைவனத்தில்
       அழியாமல் பாதச்சுவடுகள்

எனும் கவிதையில் நிலைகுத்தி நிற்கிறேன் — அவன் பாதம் பதிந்த, சுற்றித் திரிந்த, வசித்த இடங்கள் அனைத்தையும் அறிந்தவள் அல்ல நான். ஆனால், அவனது கட்டற்ற அன்பின் சுவடை அறிந்தவள் — அதனாலாயே இக் கவிதைகளை விட்டு இன்னமும் கரையேறாதவள் !

* * * * *

காதலாகி கசிந்துருகி...

இயக்குநர் கோ. பட்டுராஜன்

பிரான்சிஸ் அண்ணன் பேரை சொல்லும் போதே ஒரு வேதனை உள்ளுக்குள் உயிரெல்லாம் பரவுகிறது. 'கன்னி' நாவலை வாசித்து, அந்த கிறுக்கிறுப்பில் பார்க்கும் நண்பர்களிடமெல்லாம் 'கன்னி'யைப் பற்றியே என் பேச்சிருந்தது. எப்படியாவது எங்காவது அவரை பார்த்துவிட மாட்டோமா என்ற தீவிரம் ஏறித் திரிந்த வேளையில், நண்பர்கள் மூலம் அண்ணனுடன் அறிமுகமானேன். அறிமுகமான நாளிலிருந்தே நானும் அண்ணனும் அறை வாசியானோம். ஐந்து வருடங்கள் அண்ணனோடு ஒன்றாக ஒரே அறையில் வசித்த அனுபவங்களை என் வாழ்நாள் வரையிலும் மறக்கவே முடியாது. என் திருமணத்திற்குப் பிறகு அண்ணனுடன் ஒன்றாகத் தங்கும் சூழ்நிலை குறைந்துபோனது. ஆனால், அடிக்கடி அண்ணனை சந்திப்பது மட்டும் தொடர்ந்துகொண்டே இருந்தது.

ஒரு முறை பேசிக்கொண்டிருக்கும் போது சட்டென்று தம்பி என்றழைத்து,

'இயேசுவின் விரல்கள்
ஈசனை வருடும்
வாசனை எழுகிறது'

என்றார்.

நான் ஒரு நிமிடம் நிதானித்து பின், 'இயேசு, ஈசன் என்னண்ணே சொல்ல வர்றே?' என்றேன். உதட்டோடு சிரித்து, 'தெரியல முடுச்சிட்டு பார்ப்போம்' என்றார்.

நண்பர்களோடு பேசும்போது ஏதோ ஒரு வடிவில் பிரான்சிஸ் அண்ணன் வந்து விடுவார். 'ஏறக்குறைய இறைவன்', 'பத்தினிப் பாறை' ஆகிய இரண்டு நாவல்களை எழுத இருப்பபதைப் பற்றி நிறைய சொல்லியிருக்கிறார். அதில் 'ஏறக்குறைய இறைவன்' நாவலின் முன்னுரை இந்த தொகுப்பில் உள்ளது.

அண்ணனைப் பார்க்காமல் மூன்று வருடங்கள் ஆக போகிறது. அண்ணன் ஞாபகம் வரும்போதெல்லாம், அவர் அவ்வப்பொழுது அறையில் எழுதிவிட்டுச் சென்ற கவிதைகளைத் தேடி எடுத்து மறுபடியும் வாசிக்கும்போது, இந்தக் கவிதைகளை தொகுத்து ஒரு தொகுப்பாக வெளியிட வேண்டும் என்ற எண்ணம் தோன்றும். அண்ணனின் மூன்றாவது நினைவு நாளில் அது நிறைவேறியிருக்கிறது.

இந்நூலின் தலைப்பைப்பற்றிய சிந்தனை எழுந்தபோது, அதற்கும் அண்ணனே வழியமைத்து சென்று விட்டார். முன்பு ஒரு கவிதை தொகுப்புக்கு 'ஓலங்கள் சுழலும் உடைந்த இசைத்தட்டு' என்று பெயரிட்டார். பின்பு அப்பெயரை மாற்றி வேறு ஒரு தலைப்பில் அந்த தொகுப்பு வெளிவந்தது.

'அண்ணே தலைப்பு நல்லா இருந்தது. ஏன் மாற்றினீர்கள்?' என்றதற்கு, 'இந்தத் தொகுப்பில் உள்ள கவிதைகளுக்கு இந்தத் தலைப்பு பொருந்தல. அதான் வேறு கவிதைகள் எழுதும் போது இந்த தலைப்பிடலாம்' என்றார். இப்போது அதே தலைப்பில் இக்கவிதை நூல் வெளிவருகிறது.

அண்ணனின் கவிதைகளை வெளியிட யாரிடம் கொடுக்கலாம் என்று யோசிக்கும் போது, அண்ணன் ஒரு முறை பேசும் போது சொன்னார், 'தம்பி என்னய ஒருத்தர் தத்து எடுத்திருக்கிறார்' என்று, தோழர் ஜின்னா பற்றி சொன்னது நினைவுக்கு வந்தது.

அண்ணனின் கையெழுத்துப் பிரதிகள் பற்றி தோழர் ஜின்னா அவர்களிடம் சொன்னபோது, உள்ளார்ந்த அன்போடு உடனே, 'நிச்சயம் நாம் வெளியிடலாம்' என்று கூறி, தம் படைப்பு பதிப்பகத்தின் வெளியீடாகக் கொண்டுவரும் தோழர் ஜின்னா அவர்களுக்கு நன்றி.

புகைப்படம் கொடுத்து உதவிய நண்பர் திரைப்பட நடிகர் ராம்ஸ் அவர்களுக்கும், ஓவியம் வரைந்து உதவிய என் பால்ய

சிநேகிதன் ஓவியர் வே. ஷண்முகவேல் அவர்களுக்கும், முன்னும் பின்னும் கலைந்து கிடந்த கவிதை வரிகளை வாசித்து வடிவமைப்பு செய்து கொடுத்த நண்பர் ஆர். பிரகாஷ் அவர்களுக்கு நன்றி.

இறப்பதற்கு இரண்டு நாள் முன் ஃபோனில் அழைத்தார் அண்ணன். நான் ஆந்திராவில் இருந்தேன். ‘மக்கா உன்ன பாக்கணும். வரியா?’ என்றார். எப்போதும் தம்பி என்றுதான் அழைப்பார். அண்ணன் மிகவும் நெகிழ்ந்திருந்தாலோ இல்லை பயங்கர உற்சாகத்திருந்தாலோ இருந்தால் மட்டும் தான் ‘மக்கா’ என்றழைப்பார். ‘புனே, பாம்பேயிலிருந்து அக்காவும் அண்ணனும் பத்தினிப்பாறை வந்து விட்டார்கள். நீ வா உன்ன பாத்துட்டு நான் ஊருக்கு போறேன்’ என்றார்.

நான் சென்னை வருவதற்குள், அவர் கர்த்தரைக் காணச் சென்றவிட்டார்.

‘ஆயிரம் கப்பல்கள் கடந்தாலும்
கடலில் தடம் ஏதுமில்லை...’

என்று கூறிய அண்ணன் பிரான்சிஸ், தன் எழுத்துகளால் தமிழ் இலக்கிய உலகில் ஆழமானத் தடத்தை பதித்துச் சென்றுள்ளார்.

என்னில் உணர்வுள்ளவரை, அண்ணனுடன் பழகிய அந்த நாட்களை என்னால் மறக்கவே முடியாது. அண்ணனின் எழுத்துக்களையே அண்ணனின் ஆன்மாவுக்கு காணிக்கையாக்குகிறேன்.

காதலாகி கசிந்துருகுவது நட்பிலுமுண்டு...

உன் நினைவுகளுடன்

இயக்குநர் கோ. பட்டுராஜன்

நிழல் நிறத்து பெண்களை
கறுப்பி என்று சொல்லாதீர்கள்

கருமையின் அருமை
உணராமல்
ஒரு இரவை விருந்துக்கு
அழைக்கமுடியாது

நிழல் நிறத்துப் பெண்களை
கறுப்பி என்று
சொல்லாதீர்கள்

கறுமையின் அருமை உணராமல்
ஓர் இரவை விருந்துக்கு
அழைக்கமுடியாது.
●

பூத்த புளியமரத்தடி நிழலில்
நான் பார்த்துக்கொண்டிருக்கும்
இக்கட்டெறும்புக் கூட்டம்
வளைந்தாலும் சற்றே நெளிந்தாலும்
சரியான வரிசையில்
நேர்த்தியாகச் செல்கின்றன
●

அழகான மேகம்
மழையாகும் நேரம்
~~அழகான~~
நனையாத யாரும்
அழகில்லையே

அழகான மேகம்
மழையாகும் நேரம்
நனையாத யாரும்
அழகில்லையே...!

•

அடிமனத் திண்ணையில் நெடுங்காலமாய்
பிடிவாதமாய்க் குடியிருக்கும்
முடிவற்ற உன் முத்தங்களின்
கடிகார நிழல் முட்கள்
எனக்குக் காட்டும் கால நேரங்கள்
கணிசமாக துல்லியமானவைதான்
எனினும் ஏனோ
அவ்வப்போது குறிதப்பாது

அடிமனத் திண்ணையில் நெடுங்காலமாய்
பிடிவாதமாய்க் குடியிருக்கும்
முடிவற்ற உன் முத்தங்களின்
கடிகார நிழல் முட்கள்
எனக்குக் காட்டும் கால நேரங்கள்
கணிசமாக துல்லியமானவைதான்
எனினும் ஏனோ
அவ்வப்போது குறிதப்பாது

[illegible]

•

இருள் கறுப்பாக இருக்கும்
ஒளி சிவப்பாக இருக்கும்
இரண்டும் போல் இருக்கமுடியவில்லை
பகல்களால்
பகலில் இருக்க முடியவில்லை
இரவுகளால்
ஒரு முத்தத்தை
மூடிவைப்பது போலிருக்கிறது
இந்த வாழ்க்கை
நான் உறங்கிக்கொண்டிருக்கும் போது
எனக்குத் தெரியாமல்
நீ திருடிச் சென்ற முத்தத்தை
எந்த மத்தியானத்தில் சேர்ப்பது
சாரா

●

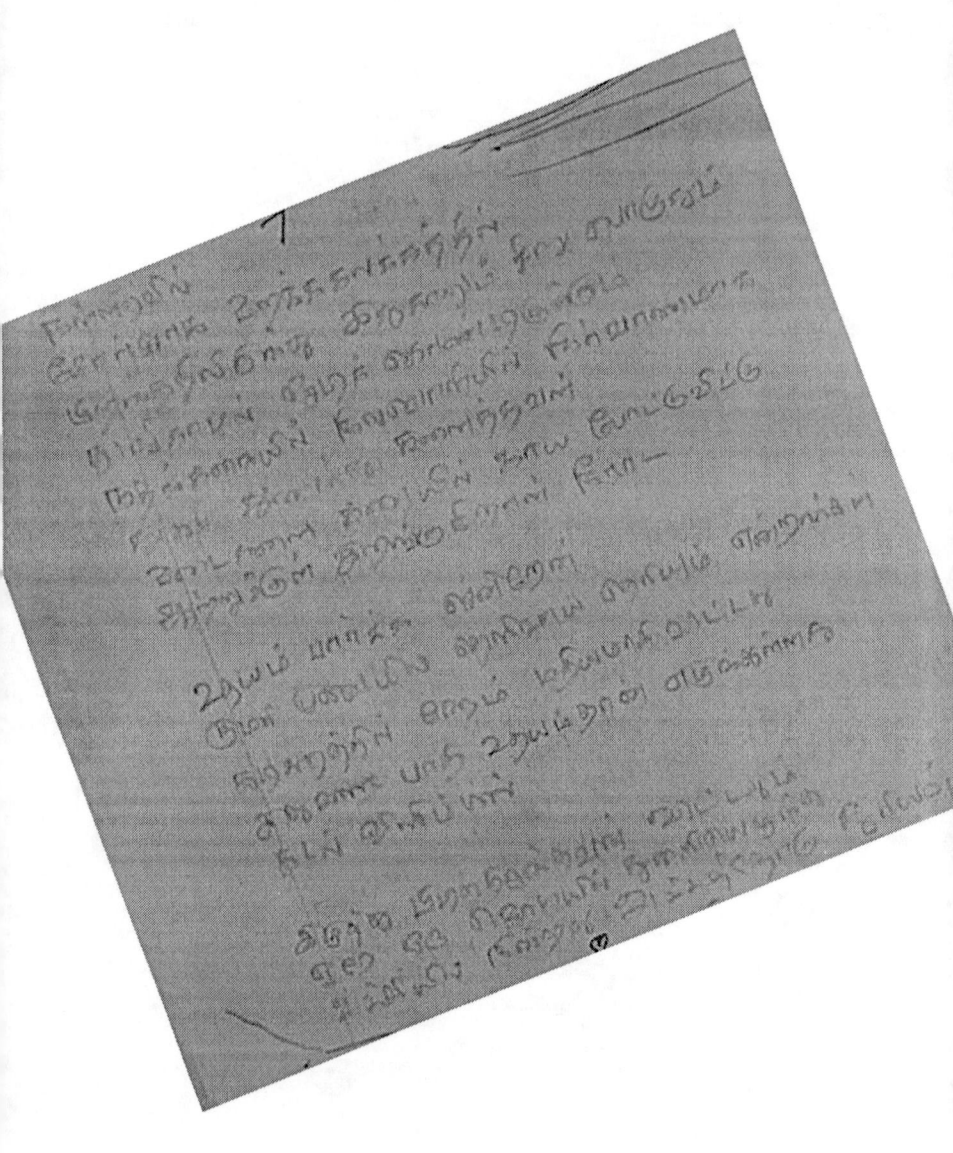

நள்ளிரவில்
சோர்வாக உறக்கக் கலக்கத்தில்
பிறந்ததிலிருந்து இதுகாறும் சிறுபொழுதும்
தூங்காமல் ஓடிக்கொண்டிருக்கும்
நதிக்கரையில் நிலவொளியில் நிர்வாணமாக
துணி துவைத்துக் களைத்தவள்
உடைகளை கரையில் காயப்போட்டுவிட்டு
ஆற்றுக்குள் இறங்குகிறாள் நீராட

உதயம் பார்க்கச் சென்றேன்
குமரிமுனையில் தெளிவாய்த் தெரியும் என்றார்கள்
கடிகாரத்தில் நேரம் மதியமாகிவிட்டது
இதுவரை பாதி உதயம்தான் எழுந்துள்ளது
கடல் விளிம்பில்

இழுத்துப் பிடித்திருந்தவன் விட்டதும்
ஒரே ஒரு நொடியில் துள்ளியெழுந்து
உச்சியில் நின்றது அச்சத்தோடு சூரியன்
●

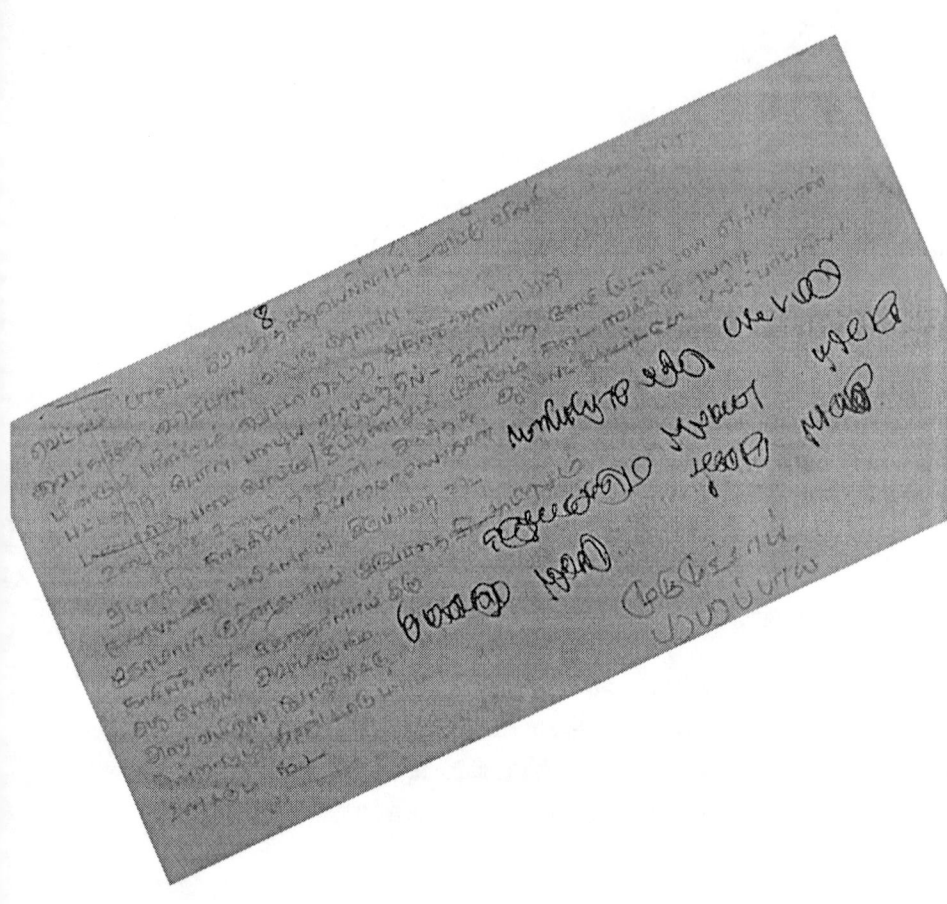

வெட்கம் மானம் ரோஷத்தையெல்லாம்
விட்டு விலகி
வெட்கத்தை விட்டால் விட்டுத் தொலை
மீண்டும் மீண்டும் வெட்டி வெட்டி
இழுத்துக்கொண்டிருக்காதே
பட்டத்தைப்போல பழைய ஞாபகத்தில்
உடைந்த கோழிமுட்டையை
என்னதான் பசைபோட்டு ஒட்டினாலும்
மீண்டும் அடை வைக்க முடியாது
உடைந்தது உடைந்ததுதான்
அடுத்தது
ஆம்லேட்டோ
ஃபுல்பாயிலோ
கலக்கியோ
பொடிமாஸோதான்
ஏமாளிப் புலிகளாய் இருப்பதை விட
கோமாளிக் குதிரைகளாய் இருப்பதைக் காட்டிலும்
காரியக்காரக் கழுதைகளாய் இரு
அதுபோதும் அவர்களுக்கு
அரை வயிற்று சோற்றுக்கு
அன்றாடம் திண்டாடும்
உனக்கும்கூட

●

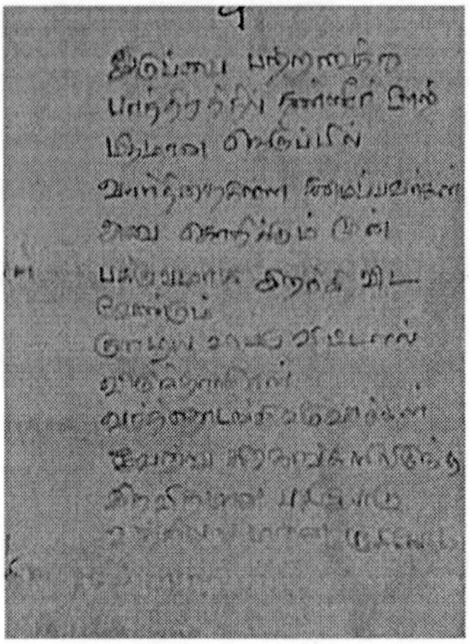

அடுப்பைப் பற்ற வைத்து
பாத்திரத்தில் தண்ணீர் ஊற்றி
மிதமான நெருப்பில்
வார்த்தைகளை சமைப்பவர்கள்
அவை கொதிக்கும் முன்
பக்குவமாக இறக்கிவிட வேண்டும்
குழைய விட்டுவிட்டால்
விருந்தாளிகள் வரத்தொடங்கிவிடுவார்கள்
வேற்றுக்கிரகத்திலிருந்து
விதவிதமானப் பசியோடு
வித்தியாசமான ருசியோடு

●

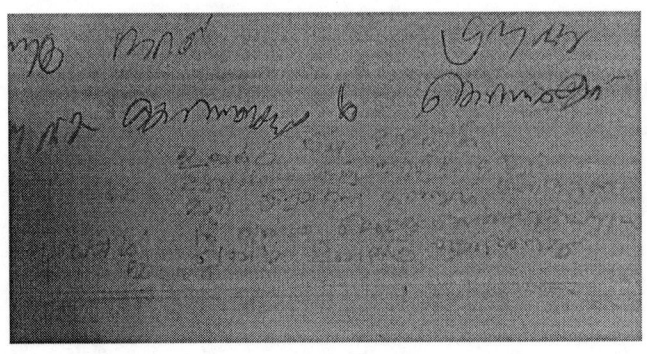

உனக்குப் பின் உறங்கி
உனக்கு முன் விழித்தெழும்
உன் இரவுகள்
காணும் கனவுகள்
நீ என்ன செய்துகொண்டிருந்தாய் என்று
உனக்குத் தெரியாது
தெரியவும் கூடாது
●

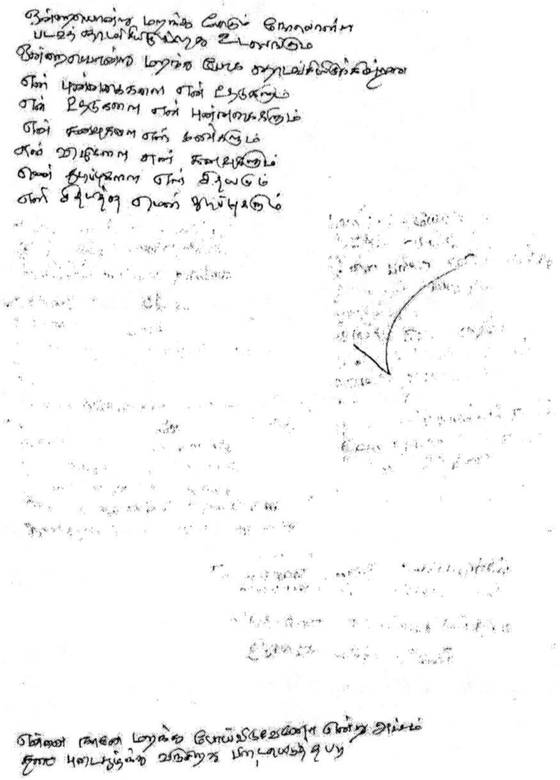

இன்றையவனன்று மரத்தை மேலும் நேசிப்பாள்
படமெடுபவர்களுக்கு உண்மைதான்
இன்றையவனன்று மரத்தை போல தனமெனெத்திக்குள்
என் புண்களுக்கான என் உருவம்
என் உருகலை என் மஞ்சள்நிறமும்
என் சலனமான என் கண்களும்
என் மாற்றலான என் கனவுகளும்
என் துயரமான என் தீயவடி
என் நிமித்த ஞானம் துய்யவடும்

...
...
...

என்ன கனவே மரத்தை போய்விடவேண்டும் என்று அம்மா
தான் புடைத்துக்கு வருகிறது பாடமுடைத்து வய

34 ✦ ஓலங்கள் சுழலும் உடைந்த இசைத்தட்டு

ஒன்றையொன்று மறந்துபோகும் நோயொன்று
படரத் தொடங்கியிருக்கிறது உடலெங்கும்
ஒன்றையொன்று மறந்துபோகத் தொடங்கியிருக்கின்றன
என் புன்னகைகளை என் உதடுகளும்
என் உதடுகளை என் புன்னகைகளும்
என் கனவுகளை என் கண்களும்
என் விழிகளை என் கனவுகளும்
மென் துடிப்புகளை என் இதயமும்
என் இதயத்தை மென் துடிப்புகளும்
என்னை நானே மறந்துபோய் விடுவேனோ என்ற அச்சம்
புடைசூழ்ந்து வருகிறது படையெடுத்தபடி

●

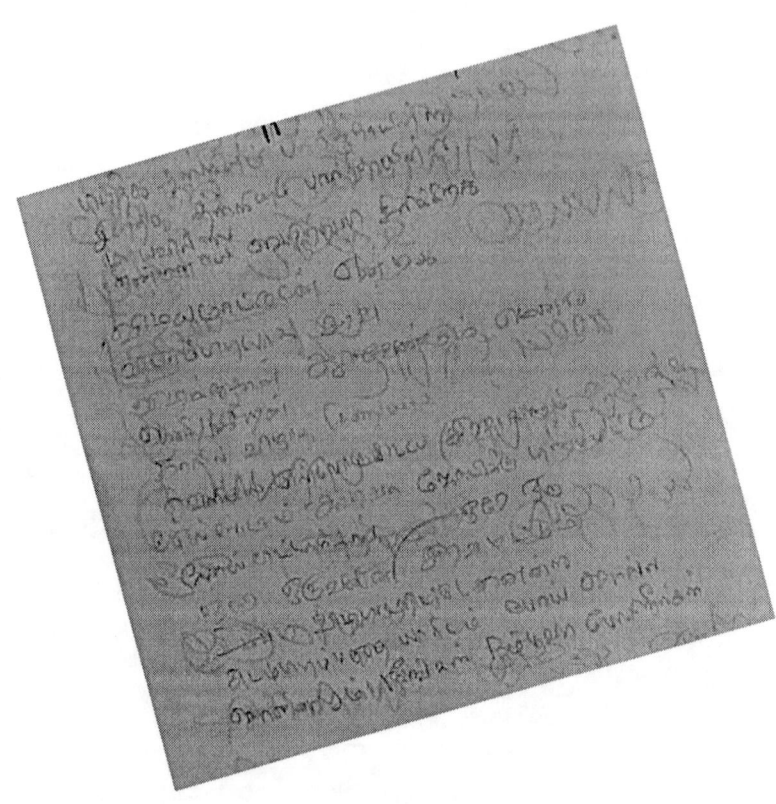

பிடித்துத் தள்ளியும் பார்த்தாயிற்று
இடித்துத் தள்ளியும் பார்த்தாயிற்று
முடியவில்லை
என்னையே வெறித்தபடி சிரிக்கிறது
விடியமாட்டேன் என்கிறது
விடாப்பிடியாக இரவு

விடிந்துதான் ஆகவேண்டுமென்று
கெஞ்சுகிறேன்
காலில் விழாத குறையாக

வெளியே எல்லோருடைய இரவுகளும்
விடிந்து
எல்லோரும் அவரவர் ஜோலிக்கு
புறப்பட்டு போய்விட்டார்கள்

ஒரே ஒருவனின் இரவு மட்டும்
விடியமாட்டேனென்று
அடம்பிடிப்பதை யாரிடம் போய் சொல்ல
சொன்னாலும் நீங்கள் நம்பவா போகிறீர்கள்
●

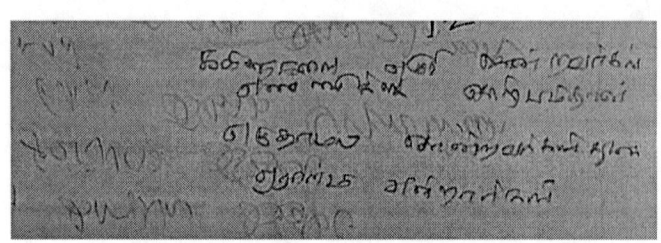

கவிதைகளை எழுதிச் சென்றவர்கள்
எண்ணிக்கை சொற்பம்தான்
எழுதாமல் கொன்றவர்கள்தான்
ஏராளம் என்றார்கள்
●

இருப்புப் பாதைகளை தியானித்தபடி
தண்டவாளங்களில் தாளமிட்டுச்செல்லும்
ஆளற்ற ரயிலில் பயணிக்கும்
காலி இருக்கைகளை போல்
இருக்கிறது நம் இருப்பு

இருப்புப்பாதைகளை தியானித்தபடி
தண்டவாளங்களில் தாளமிட்டுச்செல்லும்
ஆளற்ற ரயிலில் பயணிக்கும்
காலி இருக்கைகளைப்போல்
இருக்கிறது நம் இருப்பு

●

4

மலைகளை பார்த்து கை நீட்டி
அப்பா இது என்ன என்று கேட்டாள்
மகளே அவை யானைகள் என்று சொல்லுங்கள்
அந்நொடியே மலைகளுக்கும் கால்கள் முளைத்திடட்டும்
~~தும்பிக்கைகள் அசைக்கட்டும்~~

அலைகளை பார்த்து கை நீட்டி
அப்பா இது என்ன என்று கேட்டாள்
மகளே அவை குதிரைகள் என்று சொல்லுங்கள்
~~கடலில் திரியும் ஒழுங்காகத்தில்~~
~~ஓட்டப் பந்தயங்களின் நிறைவடையட்டும்~~ ஓட்டம்
அந்நொடியே கடலின் மீது கடலின் மீது
ஓட்டப் பந்தயங்களின் ஆட்டம் / தொடங்கட்டும்

வானவில்லைப் பார்த்து கை நீட்டி
அப்பா இது என்ன என்று கேட்டாள்
மகளே இது
ஆகாயத்தின் சிரிப்பும் நீ சொல்லையென்று சொல்லுங்கள்
அந்நொடியே அவர் உங்கள் அடிமையாக மாறட்டும்

மழையைப் பார்த்து கை நீட்டி
அம்மா இது என்ன என்று கேட்கிறாள்
மகளே இது தேன் துளியென்று சொல்லட்டும்
உடலில் ஈரம் படிந்ததில்
மின்னல் கொடிகள் மாறிடட்டும்

நிலவை பார்த்து கைநீட்டி
அம்மா இது என்ன என்று கேட்கிறாள்
மகளே இது என்
முத்தம் என்று சொல்லட்டும்
அக்கணம் உங்கள் இதயத்தில்
பூ ஒன்றாய் மலர்ந்திடட்டும்

இப்படியாக
அம்மாக்கள் அப்பாக்கள் பிள்ளைகளிடம்
சும்மா சும்மா சொல்லும் விடுகதைகளை
பொய்களை கொண்டு அழித்து
உண்மையான கவிதை மலரட்டும்

மலைகளை பார்த்து கை நீட்டி
அப்பா அது என்ன என்று கேட்டால்
மகளே அவை உன் யானைகள் என்று சொல்லுங்கள்
அக்கணமே மலைகளுக்கும் கால்கள் முளைக்கட்டும்

அலைகளை பார்த்து கை நீட்டி
அப்பா அது என்ன என்று கேட்டால்
மகளே அவை உன் குதிரைகள் என்று சொல்லுங்கள்
அக்கணமே ஓட்டப்பந்தயங்களின் ஆட்டம்
கடலின் மீது தொடங்கட்டும்

வானவில்லைப் பார்த்து கை நீட்டி
அப்பா அது என்ன என்று கேட்டால்
மகளே அது
ஆகாயத்தில் காயும் உன் சேலையென்று சொல்லுங்கள்
அக்கணமே அவள் உங்கள் அன்னையாக மாறட்டும்

மழையை பார்த்து கை நீட்டி
அம்மா அது என்ன என்று கேளுங்கள்
மகனே அது உன் வியர்வையென்று சொல்லட்டும்

உடலில் ஓடும் நரம்புகளில்
மின்னல்கொடிகள் மிளிறட்டும்
நிலவைப் பார்த்து கை நீட்டி
அம்மா அது என்ன என்று கேளுங்கள்
மகனே அது என் முத்தமென்று சொல்லட்டும்
அக்கணம் உங்கள் இதயத்தில்
பூமி பந்தாய் மாறித் துள்ளட்டும்

இப்படியாக
அம்மாக்கள் அப்பாக்கள் பிள்ளைகளிடம்
சும்மாச் சும்மா சொல்லும் விதவிதமான
பொய்களைக் கண்டு பூரித்து
உண்மைகள் கண்ணீர் மல்கட்டும்

●

ஜெ.பிரான்சிஸ் கிருபா

தூண்டில் வியாபாரத்தை
துவங்கிவிட்டன மீன்கள்
ஆறுதல் கூறும்பொருட்டு....

தூண்டில் வியாபாரத்தை
துவங்கிவிட்டன மீன்கள்
ஆறுதல் கூறும்பொருட்டு

•

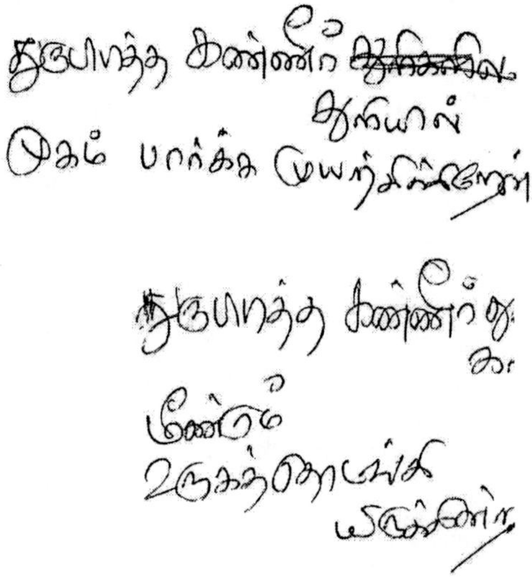

துருப்பிடித்த கண்ணீர்த்துளியில்
முகம் பார்க்க முயற்சிக்கிறேன்
துருப்பிடித்த கண்ணீர்த்துளிகள்
மீண்டும்
உருகத் தொடங்கியிருக்கினறன.

●

பாதசாரிகளுக்கு சொந்தமல்ல
பாதச் சுவடுகள்

மணல் புயல் வீசியோய்ந்த
பாலைவனத்தில்
அழியாமல் பாதச்சுவடுகள்

பாதசாரிகளுக்குச் சொந்தமில்லை
பாதச்சுவடுகள்
மணல் புயல் வீசியோய்ந்த
பாலைவனத்தில்
அழியாமல் பாதச்சுவடுகள்

●

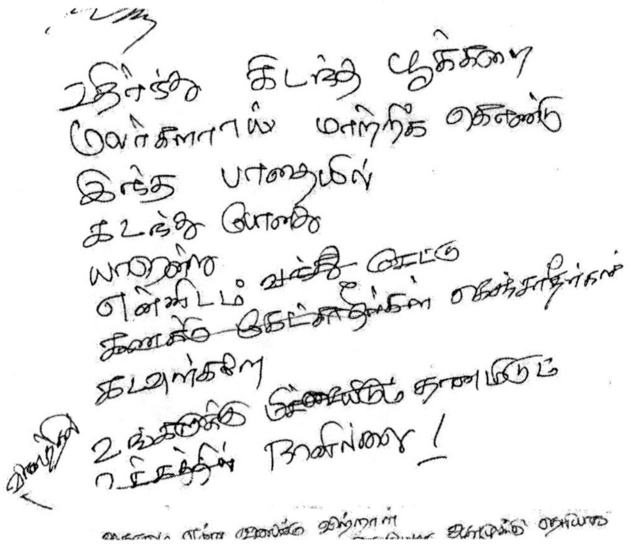

உதிர்ந்துகிடந்தப் பூக்களை
மலர்களாய் மாற்றிக்கொண்டு
இந்தப் பாதையில்
கடந்துபோனது யாரென்று
என்னிடம் கேட்டு கெஞ்சாதீர்கள்
கடவுள்களே
உங்களுக்கு தானமிடும்
வானத்தில் நானில்லை
●

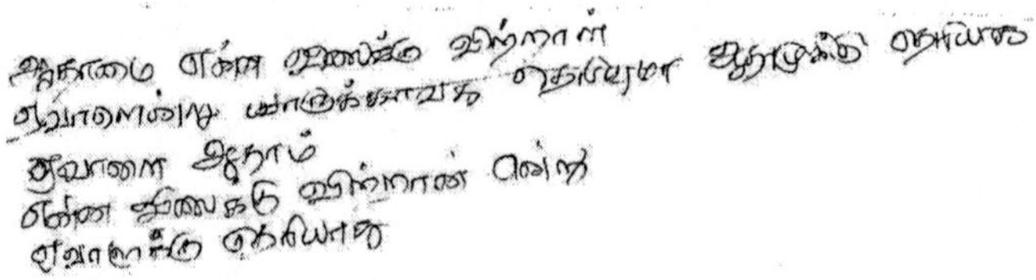

ஆதாமை என்ன விலைக்கு விற்றாள்
ஏவாளென்று ஆதாமுக்குத் தெரியாது

ஏவாளை ஆதாம்
என்ன விலைக்கு விற்றான் என்று
ஏவாளுக்குத் தெரியாது

இருவரும் ஒருவரை ஒருவர் விற்றுவிட்டு
வீடு திரும்பியபோது
பொழுதின் தோளில்
பொழுது சாய்ந்திருந்தது
அழுது தீர்த்தக் கண்கள்
காய்ந்திருந்தது

●

யார்?

புங்கைமர நிழலாடிய தண்டவாளத்தில்
ஊர்ந்து சென்ற சிற்றெறும்பை
விலகச்சொல்லி ஒலியெழுப்பி
வேகம் குறைத்த
ரயிலை ஓட்டிவந்தது
யாராக இருக்கும்?!

ஒருவேளை
நானாக இருக்குமோ?!!
•

என்னை கேட்காமலே என்னை
சிலர் பாடக் கண்டிருக்கிறார்கள்
ஏளம் கேட்க அது தெரியும்
கூட்டத்தில் இருவரைத் தவிர
நானும் நிற்ற உணர்ந்திருக்கிறேன்
போட்டி போடும் மழைச்சாரலாளர்கள்
பயம்பாடும்
ஏகாட்டுக் காதர்களாகவே இருக்கிறார்கள்
உஷரம் ஒண்டிரம் இன்றுரவமன்று
நன்றுதரம் சிதறுதரம் நாளற
ஏலம் போய்க்கொண்டே மிருக்கிறது
(ஏலமும் சாலமும்) போய் கொண்டேயிருக்கிறது

எப்பாடு பட்டபோதும் கறுதியம்
என்னை நான் ஏலம் எடுத்தக் கொள
எழுமாறு நாளும்
மீ திம்புவதாலும்
போதும் போதுமின்றாக ஒருநாள்
சுத திரும்பி வர வேண்டுமானதா
உறுதி அதனை நிற்கிறேன்

என்னை கேட்காமலே என்னை
ஏலம் போட்டுக்கொண்டிருக்கிறார்கள்

ஏலம் கேட்கக் கூடிநிற்கும்
கூட்டத்தில் ஒருவனாகத்தான்
நானும் நின்றுகொண்டிருக்கிறேன்

போட்டிப்போடும் வாடிக்கையாளர்கள்
பெரும்பாலும்
கோட்டிக்காரர்களாகவே இருக்கிறார்கள்

எப்பாடுபட்டேனும் இறுதியில்
என்னை நானே ஏலம் எடுத்துக்கொண்டு
வீடு திரும்பிவிடவேண்டுமென்று
உறுதிபூண்டு நிற்கிறேன்

ஒருதரம் ரெண்டுதரம் மூன்றுதரமென்று
நூறுதரம் இருநூறுதரமென்று தாண்டி
போய்க்கொண்டிருக்கிறது
ஏலமும் காலமும்
●

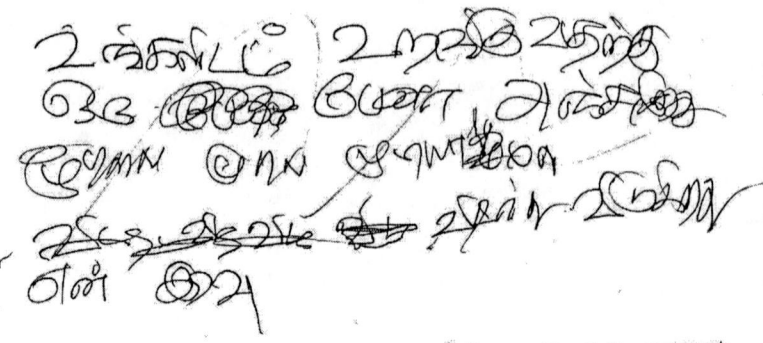

உங்களிடம் உறங்குவதற்கு
ஒரு பேனா அஞ்சுகிறது
மூடியை மூட முடியாமல்
விடிந்துவிடுகிறது
என் இரவு

•

முத்தங்கள்
தங்களைத் தாங்களே
முத்தமிட்டுக்கொள்வதில்லையென்று
முத்தமிட்டுச் சொல்கிறாயே
நீயெல்லாம்
சாகும் முன்
இதை யோசித்திருக்க வேண்டும்
செத்த பிறகு
முத்தங்களும் செத்துவிடுகின்றன
●

இறப்பதற்கு
இரண்டு நொடிகள்
போதுமானதாக இருக்கிறது
வாழத்தான்
பல வருடங்கள்
தேவைப்படுகின்றன
என்று
கவலைப்பட்டுக்கொண்டிருந்த
கடிகாரக் கடைக்காரனிடம்
ரகசியமாகக் கேட்டேன்
பத்துமணி பத்து நிமிடத்தில்
காலம் இறந்ததா என்று
முறைத்துப் பார்த்துவிட்டு
கோபமாகச் சிரித்தார்
கடிகார வியாபாரி

இறப்பதற்கு
இரண்டு நொடிகள்
போதுமானதாக இருக்கிறது
வாழத்தான் பல வருடங்கள்
தேவைப்படுகின்றன
என்று
கவலைப்பட்டுக்கொண்டிருந்த
கடிகாரக் கடைக்காரனிடம்
ரகசியமாகக் கேட்டேன்
பத்துமணி பத்து நிமிடத்தில்தான்
காலம் இறந்ததா என்று
முறைத்துப் பார்த்துவிட்டு
கோபமாகச் சிரித்தார்
கடிகார வியாபாரி

•

ஒற்றையொரு உயிரை வைத்து
சூதாடிக்கொண்டிருக்கிறேன்
கண்டிப்பாக யாரும்
என்னிடம் தோற்றுவிடக்கூடாது
என்ற எச்சரிக்கையோடு
•

நாள்

கண்ணாடி அச்சுதாவின் முட்டைதான்
காலைதான் இணைவேண்டுமென்ற
அரசு சட்டம் பிறக்கப் பயன்றான
ஸ்ரீ காண்பவர்கள்
கார்ல் மார்க்ஸின்
கன்டபயாக்ஸ் பட்டு இடுபைக்கப் படுவார்கள்
கோயில் அறையிடம் இருக்க வேண்டியமனுசு
ஒரு களவு தெருவாக இருக்க கோதனர்
தெரியை கிக்கிரான் ஸ்ரீக் கோதனர்
இஞக்கள் சந்தே சுசங்கிலெந்தாய்
அவர் பற்றியெல்லாம் கவலையில்லாத அவசர
எசக்குத்தான்
ஏறும்பாக இருக்கும் வரையில்
எதுவும் போய் இருப்பு போட அவசியில்லை
நாள்!

நான்

கண்ணாடி அணிந்தவர்கள் மட்டும்தான்
கனவுகள் காணவேண்டுமென்று
அவசர சட்டம் பிறப்பிக்கப்பட்டுள்ளது

மீறி
கள்ளக் கனவுகள் காண்பவர்கள்
கண்டுபிடிக்கப்பட்டு
காவல்துறையிடம் ஒப்படைக்கப்படுவார்கள்

ஒரு கனவு தெளிவாக இருக்கவேண்டுமென்பதில்
தெளிவாக இருக்கிறார் நம் பிரதமர்

நிஜங்கள் சற்றே கசங்கியிருந்தால்
அதைப்பற்றியெல்லாம் கவலையில்லை அவருக்கு

எனக்கும்தான்

எறும்பாய் இருக்கும்வரையில்
எங்கும்போய் ஓட்டுப்போடத் தேவையில்லை
நான்
●

மழை வரும்போது
குடை வாங்கித் தருவேன்
அதை விரிக்காமல்
நனைந்தபடி கரைந்தால்

●

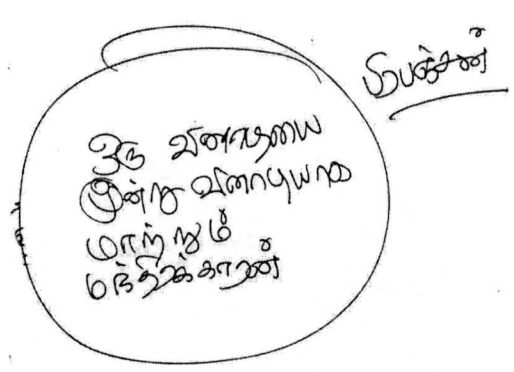

பிரபஞ்சன்

ஒரு வினாடியை
மூன்று வினாடியாக
மாற்றும்
மந்திரக்காரன்

●

யுத்தபூமி

தன் நிழலை
தெருவில்
பத்திரமாக அழைத்துச் செல்லும்
பசுவின் மடுவில்
தொங்கிக் கொண்டிருக்கின்றன
எட்டு திசைகளும்
இப்பொழுதை
பகலென்று சொல்லிவிட்டால் இரவுக்கோ
இரவென்று சொல்லிவிட்டால் பகலுக்கோ
மனவருத்தம் உண்டாகி விடுமோவென்று
யோசனையாய் இருக்கிறது
யோசனை
யோசனையை
யோசித்தபடி

சித்தப்படி

தன் நிழலை
தெருவில்
பத்திரமாக அழைத்துச் செல்லும்
பசுவின் மடியில்
தொங்கிக்கொண்டிருக்கின்றன
எட்டுத் திசைகளும்
இப்பொழுதை
பகலென்று சொல்லிவிட்டால் இரவுக்கோ
இரவென்று சொல்லிவிட்டால் பகலுக்கோ
மனவருத்தம் உண்டாகிவிடுமேயென்று
யோசனையாய் இருக்கிறது
யோசனை
யோசனையை
யோசித்தபடி

●

இறக்க தெரியாத
உயிர்
என்னுள்
ஊஞ்சலாடுவதை
எப்படி பார்க்கிறீர்கள்
நீங்கள்

இறக்கத் தெரியாத
ஒரு உயிர்
என்னுள்
ஊஞ்சலாடுவதை
எப்படிப் பார்க்கிறீர்கள்
நீங்கள்
●

சதி

நிழலை இதுகாறும்
நிமிர்ந்து பார்க்க
வாய்க்கவில்லை
இனிமேலும்
வாய்க்கப் போவதில்லை என்ற
முடிவுக்கு வரும் போதெல்லாம்
என் வீதியை விதியோடு சேர்த்து
கடந்து போகிறாய் நீ
கண்டும் கண்டு கொள்ளாமலும்
என்ன செய்ய இந்த கதியை ?!

சதி

நிழலை இதுகாறும்
நிமிர்ந்துப் பார்க்க
வாய்க்கவில்லை
இனிமேலும்
வாய்க்கப்போவதில்லை என்ற
முடிவுக்கு வரும்போதெல்லாம்
என் வீதியை விதியோடு சேர்த்து
கடந்துபோகிறாய் நீ
கண்டும் கண்டுகொள்ளாமலும்
என்ன செய்ய இந்தக் கதியை?!

●

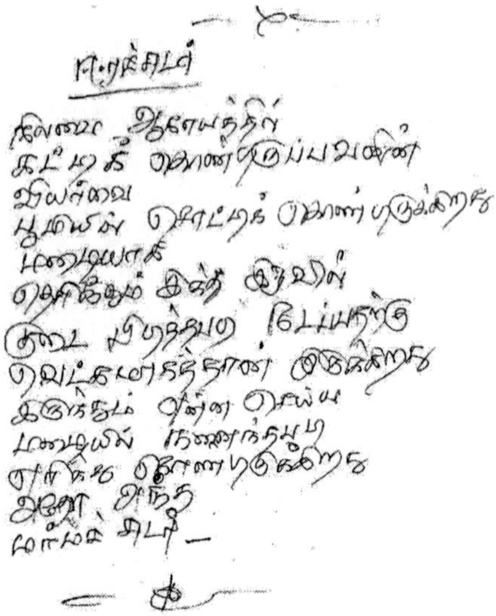

ஈரச்சுடர்

நிலவை ஆகாயத்தில்
கட்டிக்கொண்டிருப்பவனின்
வியர்வை
பூமியில் சொட்டிக்கொண்டிருக்கிறது
மழையாக
தெரிந்தும் இந்த இரவில்
குடை பிடித்தபடி நடப்பதற்கு
வெட்கமாகத்தான் இருக்கிறது
இருந்தும் என்ன செய்ய
மழையில் நனைந்தபடி
எரிந்துகொண்டிருக்கிறது
அதோ அந்த
மர்மச் சுடர் —

ஈரச்சுடர்

நிலவை ஆகாயத்தில்
கட்டிக்கொண்டிருப்பவனின்
வியர்வை
பூமியில் சொட்டிக்கொண்டிருக்கிறது
மழையாக
தெரிந்தும் இந்த இரவில்
குடைபிடித்தபடி நடப்பதற்கு
வெட்கமாகத்தான் இருக்கிறது
இருந்தும் என்ன செய்ய
மழையில் நனைந்தபடி
எரிந்துகொண்டிருக்கிறது
அதோ அந்த
மர்மச்சுடர்

●

அல்லயா!
சிலுவைகளை சுமந்தபடி
பறக்கும்
பறவைகளை காணும் காலம்
வருவதற்குள்
நான்
தருவித்துக் கொள்ள வேண்டும்
என் மரணத்தை
நானே
என்னிடமிருந்து !

அல்லயா!

சிலுவைகளைச் சுமந்தபடி
பறக்கும்
பறவைகளைக் காணும் காலம்
வருவதற்குள்
நான் தருவித்துக்கொள்ளவேண்டும்
என் மரணத்தை
நானே
என்னிடமிருந்து!

●

விரக்தி

மக்கள் நிறை நீட்ட வானத்தில்
உள்ளங்க வரும்
வெயிலும்
ஆங்கே
உறைந்த நிற்கும்
ஜீர் ரயிலும்
அறை அறையின் சத்தங்கள்
ரகசியமாய்
சிந்தக் கொள்கின்றன
மனைவி சொல்லாத
மறைந்திருந்து மார்க்கும்
கணவனை நினைத்து-

நினைத்துதான் —
வேறென்ன செய்ய
இந்த
~~ஊழிலோம்~~ பாதி பழந்த
நிரந்தரத்தை,
— உதறி போன —

விரக்தீ

மஞ்சள் நிறத் தண்டவாளத்தில்
ஊர்ந்துவரும்
வெயிலும்
அங்கே
உறைந்து நிற்கும்
ஓர் ரயிலும்
அவை அவையின் சக்கரங்களில்
ரகசியமாய்
சிரித்துக்கொள்கின்றன
மனைவிக் குளிப்பதை
மறைந்திருந்துப் பார்க்கும்
கணவனை நினைத்து
நினைத்துதான்
வேறென்ன செய்ய
இந்த
ஊசிப்போன பாசிப் படிந்த
நிரந்தரத்தை

●

ஏனென்றால்...

கை
என் கடிகாரத்தில்
நொடி முள் தான்
மிக குட்டையாக இருக்கும்
நிமிட முள் நடுவாந்திரமாக இருக்கும்
மணி முள் தான் மிக மிக நீளமாக இருக்கும்
ஏன் அப்படியென்று கேட்காதீர்கள்

உங்கள் கை கடிகாரத்தில்
நொடி முள் மிக மிக நீளமாக இருக்கிறது
நிமிட முள் நடுவாந்திரமாக இருக்கிறது
மணி முள்
மிக குட்டையாக
இருக்கிறது
ஏனென்று உங்களிடம்
என்றேனும்
கேட்டதுண்டா நான்?

ஏனென்றால்...

என் கைக் கடிகாரத்தில்
நொடிமுள்தான்
மிகக் குட்டையாக இருக்கும்
நிமிடமுள் நடுவாந்திரமாக இருக்கும்
மணி முள்தான் மிக மிக நீளமாக இருக்கும்
ஏன் அப்படி என்று கேட்காதீர்கள்
உங்கள் கைக் கடிகாரத்தில்
நொடி முள் மிக மிக நீளமாக இருக்கிறது
நிமிட முள் நடுவாந்திரமாக இருக்கிறது
மணி முள்
மிகக் குட்டையாக
இருக்கிறது
ஏனென்று உங்களிடம்
என்றேனும்
கேட்டதுண்டா நான்?
●

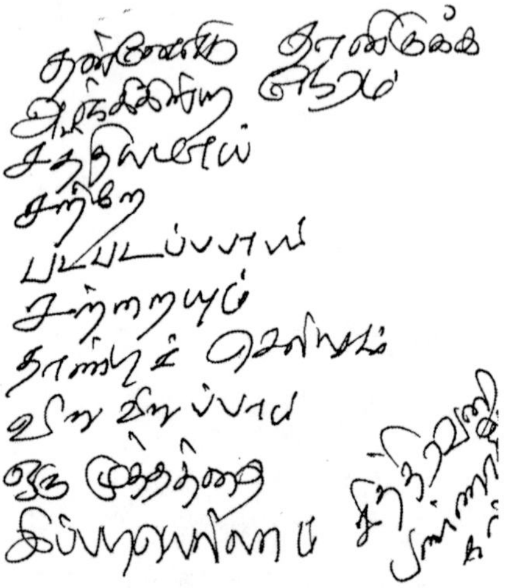

தன்னோடு தானிருக்க
அஞ்சுகின்ற நேரம்
சத்தியமாய்
சற்றே
படபடப்பாய்
சற்றையும்
தாண்டிச்செல்லும்
விறுவிறுப்பாய்
ஒரு முத்தத்தை
இப்படியெல்லாம்
சித்திரவதைப் பண்ணாதீர்
●

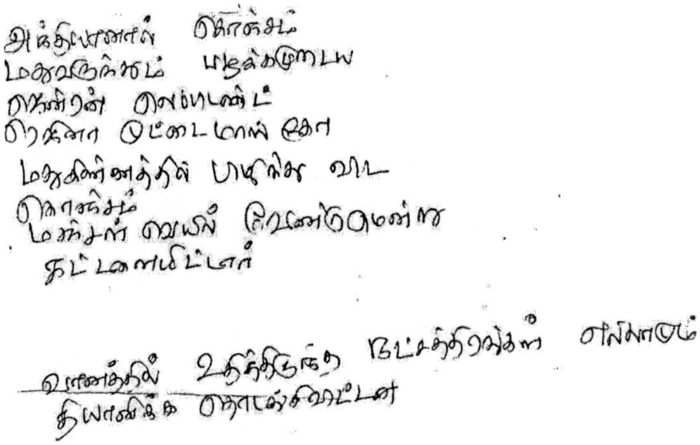

அந்தியானால் கொஞ்சம்
மதுவருந்தும் பழக்கமுடைய
ஜெனரல் லெப்டினென்ட்
ரெஜினா முட்டை மாஸ்கோ
மதுக்கிண்ணத்தில் பிழிந்துவிட
கொஞ்சம்
மஞ்சள் வெயில் வேண்டுமென்று
கட்டளையிட்டார்

வானத்தில் உதித்திருந்த நட்சத்திரங்கள் எல்லாம்
தியானிக்க தொடங்கிவிட்டன

அந்தியானால் கொஞ்சம்
மதுவருந்தும் பழக்கமுடைய
ஜெனரல் லெப்டினென்ட்
ரெஜினா முட்டை மாஸ்கோ
மதுக்கிண்ணத்தில் பிழிந்துவிட
கொஞ்சம்
மஞ்சள் வெயில் வேண்டுமென்று
கட்டளையிட்டார்

வானத்தில் உதித்திருந்த நட்சத்திரங்கள் எல்லாம்
தியானிக்கத் தொடங்கிவிட்டன

●

[illegible]

அப்பத்தான் இங்கே
இருக்கிறோம் நினைவுகள்!
என்று [illegible]
[illegible]
[illegible]
அவன் நடந்து

[illegible] [illegible] [illegible]
[illegible] [illegible] — [illegible] [illegible] [illegible]
[illegible]

இப்படித்தான் இங்கே
இருக்குமோ கனவுகள்
என்று அதட்டினால்
எனக்கென்னப்பா தெரியுமென்று
கையை விரிக்கிறார்
என் கடவுள்
தச்சனின் சிலுவையில்
கைகளை விரித்தபடி

எச்சரிக்கையாக இருந்திருக்கலாமல்லவா
என்றபடி என்னருகே வந்து
அமர்கிறான்
இன்னொரு குட்டிக் குவாட்டரோடு
ஒரு
குட்டிசாத்தான்

ஒன்றுமே செய்யாமலிருப்பதுதான்
இப்புவனக் இவ்வாழ்க்கை
வென்றெடுக்கும் ஒரே வழியென்று
நம்பித் திரியும்
சிறுமனை தொழிலாளியே
சும்மா இருக்க முடியாமல்தான்
கிடக்குளே
சுமாரான கஷ்டங்களையும்
சுமாரான நஷ்டங்களையும்
சுமாரான சந்தோஷங்களை
சுமாரான சங்கடங்களையும்
சுமாரான சந்தேகங்களையும்
சுமந்துக் கொண்டிருக்கிறாள்
சும்மா இருப்பதென்றால்
சும்மாவா ??!

ஒன்றுமே செய்யாமலிருப்பதுதான்
இவ்வுலகை இவ்வாழ்வை
வென்றெடுக்கும் ஒரே வழியென்று
நம்பித்திரியும்
கற்பனைத் தொழிலாளியே
சும்மா இருக்க முடியாமல்தான்
கடவுளே
சுமாரான கஷ்டங்களையும்
சுமாரான நஷ்டங்களையும்
சுமாரான சந்தோஷங்களையும்
சுமாரான சங்கடங்களையும்
சுமாரான சந்தேகங்களையும்
சிருஷ்டித்துக்கொண்டிருக்கிறார்
சும்மா இருப்பதென்றால்
சும்மாவா??!

தூரத்தில்
தூர தூரத்தில்
எரிந்து கொண்டிருக்கிறது திரியில்லாத அந்த குடிசை
இங்கிருந்து பார்க்கும் போது
ஒரு தீபம் போலவும் தோன்றுகிறது - வானிலிருந்து
அறுந்து விழுந்த வட்ட நட்சத்திரம் போலுமிருக்கிறது
இருந்தாலும் இல்லாமல் போனாலும்
சர்வ நிச்சயமாக அது ஒரு குடிசைதான்
அங்கே எரிந்து கொண்டிருக்கிறது
அணைக்க யாரும் வந்து விடுவார்களோ என்ற அச்சத்தோடு
அவசர அவசரமாக
அந்த குடிசைக்குள் ஒரு பூனை
வாயில் கடித்திருக்கிறது ஒரு மீனை
ஒரு சமயம் தம்பதியர் சாம்பலாக
புணர்ச்சி நிலையில் உறைந்து கொண்டிருக்கிறார்கள்
தொப்புள் ஒரு குழந்தை சாம்பல் கட்டியாக உறங்கிக் கொண்டிருக்கிற

தூரத்தில்
தூரதூரத்தில்
எரிந்துகொண்டிருக்கிறது தனியாக அந்தக் குடிசை
இங்கிருந்துப் பார்க்கும்போது
ஒரு தீபம் போலவும் தோணுகிறது - வானிலிருந்து
வழுக்கி விழுந்துவிட்ட நட்சத்திரம் போலுமிருக்கிறது
இருந்தாலும் இல்லாமல் போனாலும்
சர்வ நிச்சயமாக அது ஒரு குடிசைதான்
அங்கே எரிந்துகொண்டிருக்கிறது
அணைக்க யாரும் வந்துவிடுவார்களோ என்ற அச்சத்தோடு
அவசர அவசரமாக
அந்தக் குடிசைக்குள் ஒரு பூனை
வாயில் கடித்திருக்கிறது ஒரு மீனை
ஓர் இளம் தம்பதிகள் சாம்பலாகி
புணர்ச்சி அதிர்வில் உதிர்ந்துகொண்டிருக்கிறார்கள்.
தொட்டிலில் ஒரு குழந்தை
சாம்பல் கட்டியாகி உறங்கிக்கொண்டிருக்கிறது
●

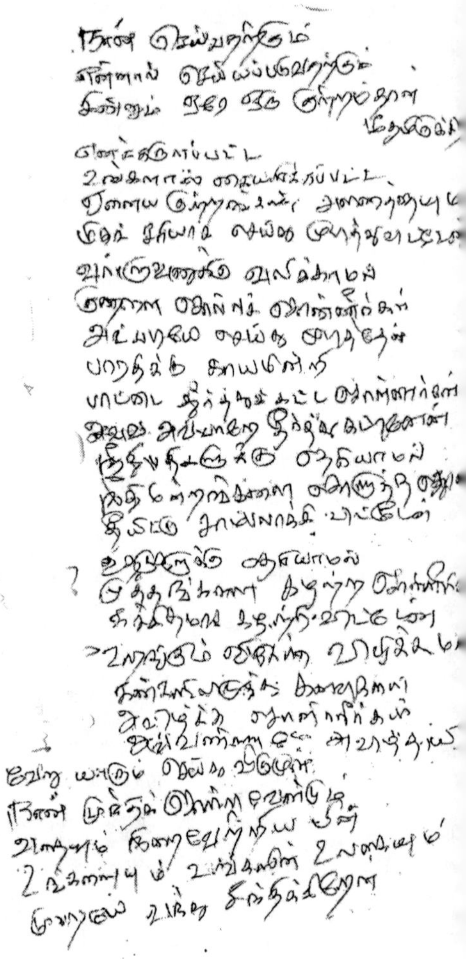

நான் செய்வதற்கும்
என்னால் செய்யப்படுவதற்கும்
இன்னும் ஒரே ஒரு குற்றம்தான்
மீதமிருக்கிறது
எனக்கருளப்பட்ட
உங்களால் கையளிக்கப்பட்ட
ஏனைய குற்றங்கள் அனைத்தையும்
மிகச் சரியாக செய்து முடித்துவிட்டேன்

நான் செய்வதற்கும்
என்னால் செய்யப்படுவதற்கும்
இன்னும் ஒரே ஒரு குற்றம்தான் மீதமிருக்கிறது

எனக்கருளப்பட்ட
உங்களால் கையளிக்கப்பட்ட
ஏனைய குற்றங்கள் அனைத்தையும்
மிகச் சரியாக செய்து முடித்துவிட்டேன்

வள்ளுவனுக்கு வலிக்காமல்
குறளைக் கொல்லச் சொன்னீர்கள்
அப்படியே செய்து முடித்தேன்

பாரதிக்குக் காயமின்றி
பாட்டைத் தீர்த்துக்கட்டச் சொன்னீர்கள்
அவ்வாறே தீர்த்துக்கட்டினேன்

நீதிபதிகளுக்குத் தெரியாமல்
நீதிமன்றங்களைக் கொளுத்தச் சொன்னீர்கள்
தீயிட்டு சாம்பலாக்கிவிட்டேன்

உதடுகளுக்குத் தெரியாமல்
முத்தங்களைக் கழற்றச் சொன்னீர்கள்
கச்சிதமாய்க் கழற்றிவிட்டேன்

உறங்கும் விழிகள் விழிக்காமல்
கண்களிலிருந்து கனவுகளை
அவிழ்க்கச் சொன்னீர்கள்
அவ்வண்ணமே அவிழ்த்தாயிற்று

வேறு யாரும் செய்துவிடும் முன்
நான் முந்திக்கொள்ள வேண்டும்
அதையும் நிறைவேற்றியபின்
உங்களையும் உங்கள் உலகையும்
முறையே வந்து சந்திக்கிறேன்

●

சதுரமான வார்த்தைகளை அடுக்கி
கட்டமைக்கப்பட்ட மாளிகைக்குள் - விதான
சஞ்சரிக்கும் ஒரு மஞ்சள் குருவி
சிதார் பாடும் சங்கீதத்தை
ரசித்துக் கொண்டிருந்த
ஒரு சராசரி மனிதன்
ஒரு மெட்டின் மெல்லிய திருப்பத்தில்
சட்டென கடவுளாகி விட்டான்
எப்படி நடந்தது இந்த அற்புதம்
யாருக்காக நடந்தது இந்த அதிசயம்
கேள்வி மேல் கேள்வி எழுந்து
சர்ப்பத்தை போல் படமெடுத்து
ஆடிக் கொண்டிருந்தது
இசைத்தட்டோ மாய் போல்
கோடி முட்டைகளாய் போல் உடைந்து
ஒவ்வொன்றாய் உடைந்து — ஈரமாய்
ஒரு ஓடையைப் போல் ஓடையாய்
ஓரமாய்
ஒழுகிக் கொண்டிருந்தது

குருவியோ / சிதார் ... / மாயக் ... / விளக்கா... / இருக்கிறது?

*ச*துரமான வார்த்தைகளை அடுக்கி
கட்டியெழுப்பப்பட்ட மாளிகையின்
விதானத்தில் கூடுகட்டி
சஞ்சரிக்கும் ஒரு மஞ்சள் குருவி
சதா பாடும் சங்கீதத்தை
ரசித்துக்கொண்டிருந்த
ஒரு சராசரி மனிதன்
ஒரு மெட்டின் மெல்லியத் திருப்பத்தில்
சட்டென்று கடவுளாகிவிட்டான்
யாருக்காக நடந்தது இந்த அதிசயம்
கேள்வி மேல் கேள்வி எழுந்து
சர்ப்பத்தைப்போல் படமெடுத்து
ஆடிக்கொண்டிருந்தது
விடைகளோ
கோழிமுட்டைகளாய்
ஒவ்வொன்றாய் உடைந்து
ஒரு ஓரமாய் ஓடிக்கொண்டிருந்தது
குருவியோ
சுருதி பிறழாமல் பாடிக்கொண்டேயிருக்கிறது

●

சென்ற காலையில்
விடிந்ததும்
முதல் வேலையாய்
இறந்து போன
இந்த ~~[illegible]~~ வியாழக்கிழமைக்கு
இறுதி அஞ்சலி செலுத்த
கையில் மாலையோடு
முதல் ஆளாய் வந்து காத்திருக்கிறது
அந்த வெள்ளிக் கிழமை
வாரம் தோறும் இப்படி
வரிசையாக வந்து கொண்டேயிருக்கின்றன
விதவிதமான விபத்துக்கள்
இதையெல்லாம்
~~கண்டும் காணாமலும்~~
கடந்து போய்க் கொண்டே
~~இருக்கிறது~~ கொண்டேயிருக்கிறது
காலம் !
ஒரு கண்ணால் கண்டும்
மீதிக் கண்ணால் காணாமலும்

இன்று காலையில்
விடிந்ததும்
முதல் வேலையாய்
இறந்துபோன
இந்த வியாழக்கிழமைக்கு
இறுதி அஞ்சலி செலுத்த
கையில் மாலையோடு
முதல் ஆளாய் வந்துகொண்டிருக்கிறது
அந்த வெள்ளிக்கிழமை
வாரம்தோறும் இப்படி
வரிசையாக நடந்துகொண்டேயிருக்கின்றன
விதவிதமான விபத்துகள்
இதையெல்லாம்
ஓரக்கண்ணால் கண்டும்
மீதிக் கண்ணால் காணாமலும்
கடந்து போய்க்கொண்டேயிருக்கிறது
காலம்!

●

வட்டப்பாதையில் சுற்றி வரும் பொழுதெல்லாம்
நொடி முள் நிமிட முள்ளின் காதில்
சொல்லிவிட்டு செல்கிறது
இந்த கடிகாரத்துக்கு நேரம் சரியில்லையென்று

நிமிட முள் மணி முள்ளை கடக்கும்
பொழுதெல்லாம் சொல்லிவிட்டு போகிறது
இந்த கடிகாரத்திற்கு நேரம் சரியில்லையென்று
என்ன செய்வதென்றறியாமல்
சின்ன சின்ன முள்

நெஞ்சில் கை வைத்தபடி
யோசிக்கத் தொடங்குகிறது
இருந்த இடத்தில்
இருந்தபடியே
திருப்தி கொள்ளவேணும்!

இதை கடிகாரத்திடம் எப்படி சொல்வதாம் என்று

வட்டப்பாதையில் சுற்றிவரும்போதெல்லாம்
நொடிமுள் நிமிட முள்ளின் காதில்
சொல்லிவிட்டுச் செல்கிறது
இந்தக் கடிகாரத்திற்கு நேரம் சரியில்லையென்று

நிமிட முள் மணி முள்ளைக் கடக்கும் போதெல்லாம்
சொல்லிவிட்டுப் போகிறது
இந்தக் கடிகாரத்திற்கு நேரம் சரியில்லையென்று

என்ன செய்யலாம்
இதை கடிகாரத்திடம் எப்படி சொல்லலாம் என்று
சின்னமுள் கன்னத்தில் கை வைத்தபடி
யோசித்துக்கொண்டிருக்கிறது
இருந்த இடத்தில்
இருந்தபடியே
இருபத்தி நாலுமணிநேரமும்!

●

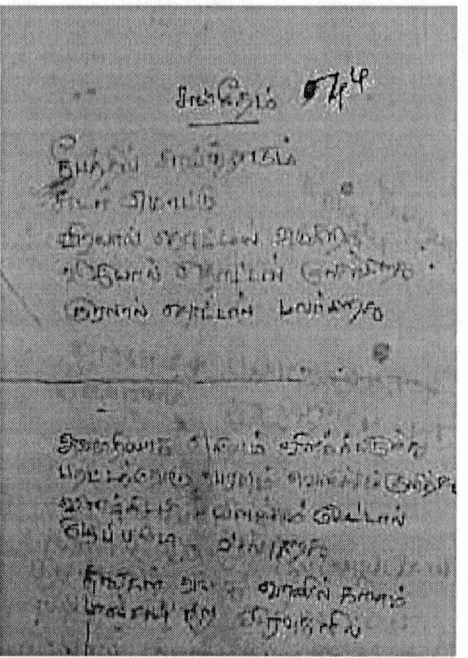

சங்கீதம்

தீபத்தில் சாய்ந்தாடும்
சுடர்மொட்டு
விரலால் தொட்டால் சுடுகிறது
விழியால் தொட்டால் குளிர்கிறது
குரலால் தொட்டால் மலர்கிறது

அமைதியாக எரியும் விளக்கிலிருந்து
பதட்டத்தோடு பரவும் வெளிச்சம் குறித்து
விளக்கிடம் விளக்கம் கேட்டால்
குழப்பமே எஞ்சுகிறது
திங்கள் வந்து வானில் காயும்
மஞ்சள் நிற இரவுகளில்
●

கலவிக் குழப்பம்!

மின்னலை கொஞ்சுகின்றன மேகங்கள்
மிதமானக் காதலோடு
அளவானக் காமத்தோடு
இந்த இடிகள் ஏன்
இப்படிப் பதைபதைக்கின்றன
என்பதைத்தான்
புரிந்துகொள்ள முடியவில்லை
நீ தந்த என்
மழைத்துளிகளால்!

ஒரு ஊற்றும் ஓடையும்
ரகசியமாக பேசிக் கொண்டிருந்த
ஆற்றில் இறங்கியவன்
அடித்திழுத்துச் செல்லப்பட்டான் ()
வழியில் பல மீன்கள்
குதித்துக் கொண்டிருந்தன
ஒன்று கூட
அவன் மேல் இரக்கம் காட்டவில்லை
கிட்ட கடைசியில்
~~மடியில்~~ ஏந்தி காப்பாற்றிய கடல்
அவனை
காதில் அப்படியே கரையில்
அப்போதான் அறிந்து கொண்டான்
அந்த ஊற்றும் ஓடையும்
ரகசியமாக
அவனைப் பற்றித்தான் பேசிக் கொண்டிருந்த
என்று

ஒரு ஊற்றும் ஓடையும்
ரகசியமாகப் பேசிக்கொண்டிருந்தன

ஆற்றில் இறங்கியவன்
அடித்துச் செல்லப்பட்டான்
வழியில் பல நீச்சல்கள்
குளித்துக்கொண்டிருந்தன
ஒன்றுகூட
அவன்மீது இரக்கம் காட்டவில்லை
கட்டக்கடைசியில்
அவனைக் காப்பாற்றிய கடல்
காறித் துப்பியது கரையில்

அப்போதுதான் அறிந்துகொண்டான்
அந்த ஊற்றும் ஓடையும்
ரகசியமாக
அவனை பற்றித்தான் பேசிக்கொண்டிருந்தன
என்று
●

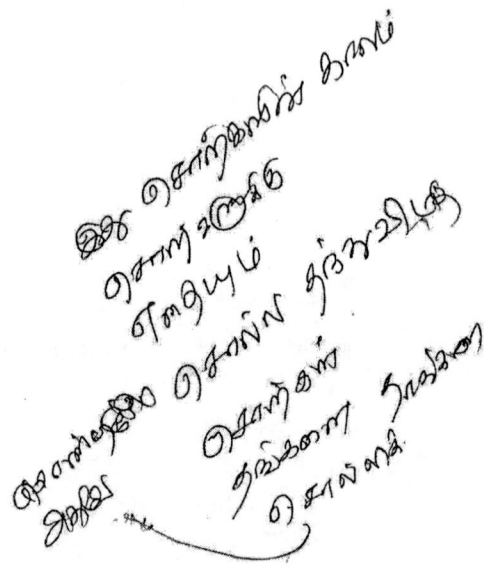

இது சொற்களின் காலம்
சொற்களுக்கு எதையும்
சொல்லத் தந்துவிடாதே
சொற்கள் தங்களைத் தாங்களே
சொல்லிக்கொண்டிருக்கும்
அதுவே...

                (முற்றுப்பெறவில்லை)

●

ஒளி ஒரு தாளம்
சக்தியின் கூத்தில்
இருள் ஒரு ராகம்
இரண்டும் புணர்ந்து
பெற்றெடுத்ததுதான்
காலம்
இவைகளைப் பின்னிக்கொண்டிருக்கிறது
நேரம்

ஒளி ஒரு தாளம்
சக்தியின் கூத்தில்
இருள் ஒரு ராகம்
இரண்டும் புணர்ந்து
பெற்றெடுத்ததுதான்
காலம்
இவைகளைப் பின்னிக்கொண்டிருக்கிறது
நேரம்

•

நீ வைத்த புள்ளிகள் வானத்தில்
நட்சத்திரங்களாகி மின்னும் போது
அவைகளை சுற்றி
ஒரு கோலத்தை வரைய
பிரியப்பட்ட என் மழையை
துளித்துளிகளாக்கி பொழிகிறாய் மண்ணில்
ஒரு தொட்டிக்குள்ளிருந்து
எட்டிப்பார்க்கும் கடவுளுக்கு
எந்த பதிலுமில்லை என்னிடம்

ஒரு துளிக்குள் ஒளிந்திருந்து
உன்னை உற்று பார்க்கும் கடவுளுக்கு
கடனாக கொடு ஒரு முத்தத்தை
அதை அவ சேர்த்துக் கொள்ளட்டும்
அதன் வட்டங்களின் பொறுப்பு
இந்த வெட்கப் பயலின் நெற்றியில்
எழுதப்பட்டிருக்கிறது

நீ வைத்தப் புள்ளிகள் வானத்தில்
நட்சத்திரங்களாகி மிளிரும்போது
அவைகளைச் சுற்றி
ஒரு கோலத்தை வரைய
பிரியப்பட்ட என் மழையை
துளித்துளிகளாக்கி பொழிகிறாய் மண்ணில்

ஒரு துளிக்குள் ஒளிந்திருந்து
உன்னை உற்றுப்பார்க்கும் கடலுக்கு
கடனாகக் கொடு ஒரு முத்தத்தை
அதை அது சூடிக்கொள்ளட்டும்
அதன் வட்டிகளின் பொறுப்பு
இந்த வெட்டிப்பயலின் நெற்றியில்
எழுதப்பட்டிருக்கிறது.

●

சாராயம் அருந்திய பிறகு
தனக்கு சாதகமாக மட்டுமே
சிந்திக்கு மூளையைக் கழற்றி
மூலையில் வைத்துவிட்டு வா
மேலும் சில வேதனைகள்
மேலும் சில சாதனைகள்
மேலும் சில சோதனைகள்
கால்கடுக்க
காத்துநிற்கின்றன
வாடகைவீட்டின்
வாசற்படியில்

●

என்னை சிலுவையில் அறைய வேண்டும்
அவ்வளவுதானே
அற்புதமாக செய்துவிடலாம்
ஆணிகளோடும் சுத்திகளோடும் ஓடோடி வாருங்கள்

என்னை சிலுவையில் அறைய வேண்டும்
அவ்வளவுதானே
அற்புதமாக செய்துவிடலாம்
ஆணிகளோடும் சுத்திகளோடும் ஓடோடி வாருங்கள்
●

மழையின் குரலை
திருடிக்கொண்டு வந்து
இங்கு மௌனமாக
அமர்ந்திருக்கிறோம்
இந்த காற்றை
உங்களுக்கு அறிமுகப்படுத்த
நினைத்தேன்

காற்றில் ஒரு வதைகள்
உண்டு
எழும்பும் தெருச்செல்லும் போது
அது ஒரு வானவில்லாகிறதே

எதையும் தேடு
பறந்து கொண்டிருக்கும்
நடந்து போகுங்கள்
அப்போதுதான்
அந்த ஆட்டமும்
உங்கள் பின்னால்
உங்கள் விளையாட்டை
பின்பற்ற

மழையின் குரலை
திருடிக்கொண்டு வந்து
இங்கு மௌனமாக
அமர்ந்திருக்கும்
இந்தக் காற்றை
உங்களுக்கு அறிமுகப்படுத்துகிறேன்
காற்றில் ஏழு வகைகள் உண்டு
ஏழும் தேடிச்செல்லும்போது
அது ஒரு வானவில்லாகிவிடும்
எதையும் தேடி
பறந்துபோகாதீர்கள்
நடந்து போங்கள்
அப்போதுதான்
அந்த ஆச்சரியம்
உங்கள் பின்னால்
உங்கள் எண்ணங்களைப்
பின்னியபடி

●

ஒரு தீண்

எங்கே தொடங்கியது
எங்கே முடிந்தது
என்று கேட்டேன்

அது தொடங்கும் இடத்திலேயே
முடிந்து விடும்
அது
முடியும் இடத்திலேயே
தொடங்கி விடும்

பூக்களை வைத்து
சூடிக்கொண்ட கூந்தல்
விட்ட ஒவ்வாத பயணம்
பறந்த வெண்புறாக்களை
வானம்
வேடிக்கை பார்த்து
கொண்டிருந்த அதுவாய்
அவளும் இல்லை
அசாதாரணமாய் [illegible]

ஒரு ஏணி
எங்கே தொடங்குகிறது
எங்கே முடிகிறது
என்று கேட்டேன்
அது தொடங்கும் இடத்திலேயே
முடிந்துவிடும்
அது
முடியும் இடத்திலேயே
தொடங்கிவிடும்
முத்தங்களை வைத்து
சூதாடும் வீரர்கள்
எட்டமுடியாத பட்டமாக
பறந்துகொண்டிருக்கிறது
வானம்
வேடிக்கைப் பார்த்துக்கொண்டிருக்கிறது
ஆகாயம்
ஆனாலும் இன்னும்
அசரவில்லை சூது
●

இற்றையொரு நேர் நோக்கின்
சுவையை முழுதாக
இயலாத சோகத்தில்

அழுது கொண்டிருக்கும்
ஒரு வேளையை
இறுக விரும்பி
விசித்தேந்தினேன்
ஒரு
ஒற்றை
துளிகூட
ஒட்டவில்லை என்னிடம்

உடல் மட்டும்
கண்ணாடி
எதிர்பார்த்துக் கொண்டிருக்கிறது
என்னிடம்

கடலாக வாழ்வது
எவ்வளவு கஷ்டமென்று
இந்த
அலைகளுக்கு தெரியவில்லை

ஆனால்
ஒரு [illegible]
புரிந்தது

ஒற்றையொரு நீர்த்துளிக்குள்
நுழைய முனைந்து
இயலாத சோகத்தில்
அழுதுகொண்டிருக்கும்
ஒரு மழையை
தேற்ற விரும்பி
விரித்தேந்தினேன்
ஒரு ஒற்றைத் துளிகூட
ஒட்டவில்லை என்னிடம்
கடல்மட்டும்
ஓரக்கண்ணால்
எதிர்பார்த்துக்கொண்டிருக்கிறது
என்னிடம்
கடலாக வாழ்வது
எவ்வளவு கஷ்டமென்று
இந்த
அலைகளுக்குத் தெரியவில்லை
ஆனால்
ஒரு நிலவுக்குப்
புரிகிறது
●

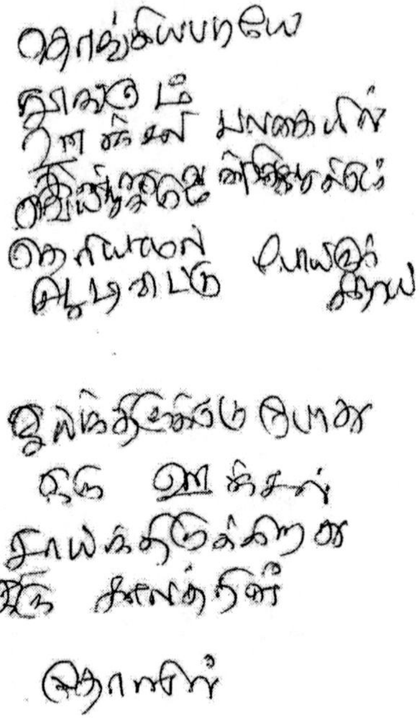

தொங்கியபடியே தூங்கும்
ஊஞ்சல் பலகையில்
இன்று வந்து
வெயிலுக்கும் நிழலுக்கும் தெரியாமல்
ஆடிவிட்டுப் போயிருக்கிறாய்

ஓய்ந்திருக்கும்போது
ஒரு ஊஞ்சல்
சாய்ந்திருக்கிறது
ஒரு காலத்தின்
தோளில்
•

இன்னொரு உலகத்தை உண்டாக்குவோமா?

மிஸ்டர் பிரான்சிஸ் கிருபா

கேள்வி நல்லா இருக்கு

காலையில திங்க சோறு இருக்கானு
பாரு

இன்னொரு உலகத்தை உண்டாக்குவோமா?
மிஸ்டர் பிரான்சிஸ் கிருபா!!
கேள்வி நல்லா இருக்கு
காலையில திங்க சோறு இருக்கானு
பாரு

•

மரமின்றி
கிளையின்றி
காம்பின்றி
அந்தரத்தில்
கனிந்திருக்கும்
கனியை
விற்க விலை பேசுகிறார்கள்
விஞ்ஞானிகள்
வாங்கிக்கொள்ள ஆசைதான்
வைக்க இடமில்லையே

மரமின்றி
கிளையின்றி
காம்பின்றி
அந்தரத்தில்
கனிந்திருக்கும்
கனியை
விற்க விலை பேசுகிறார்கள்
விஞ்ஞானிகள்
வாங்கிக்கொள்ள ஆசைதான்
வைக்க இடமில்லையே

•

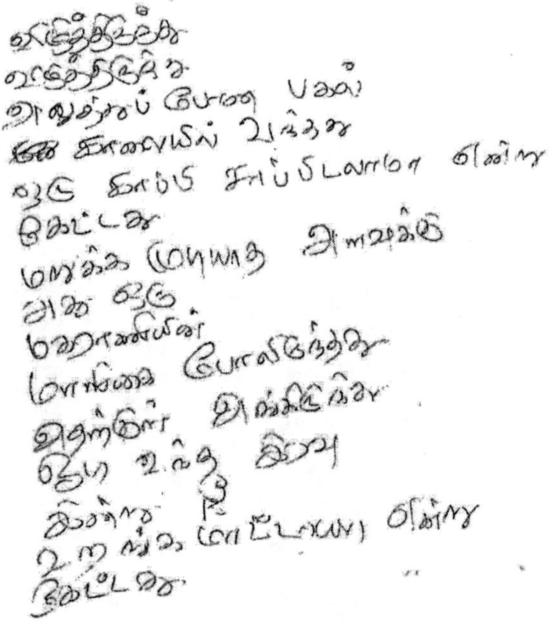

விழித்திருந்து
விழித்திருந்து
சலித்துப்போன பகல்
ஒரு நாளேனும்
இரவாக வேண்டுமென்று
தன்
ஏக்கத்தை
கட்டுச்சோறு போல
கட்டிக்கொண்டு வந்து
என்னிடம் ஒப்படைத்தது
ஒரு கனவில்
●

ஒரு சேசு
தீபவள் பண்டிகைசந்தவரை
ஒரு நேர
மனிதனாய் இருப்பவன்
சந்திக்க வந்தான்
வருவதை
அந்த கடவன்
கருணையோடு பார்த்திருந்தார்
ராகம்
ரஜாபியும்
வாவழைத்துச் சிரித்தார்
வானத்தில்வந்து
வந்தவரோ
மௌனமே ஆனாஸ்ரான்
தோன் வந்திருகிறாய்ன்
பதக
வண்ணப்பம்
அவதிட்
தீர்வு என்பதில்

கடவன்
கருணாநதி தீர்ந்தார்
ஒரு கிளை உலகத் தொளங்கிய
ஆட அழையாங்கா
ஒரே நேர மனிதரான்
உவர்ந்து நேர்விட்டு
அவரது வார்த்தைகள்
பேச பேச அகாழ்கின்
அப்போதுதான்
உடைந்த போன
சிட்ட அப்பங்கனாள
கிளைவரை கனைவரை
மனைவினைத் கனைவாக்
ஆந்த கிளே எக்கிர
தீண்டுபாக்கப்படுகிறது
எகார்சபோன விளக்காகிரான்

பகுதி நேர
கடவுள் பணியிலிருந்தவரை
முழுநேர
மனிதராய் இருப்பவர்
சந்திக்க வந்தார்

வந்தவரை
அந்தக் கடவுள்
கருணையோடு பரிசீலித்தார்
ரஸ்க்கும்
வரக்காப்பியும்
வரவழைத்துத் தந்தார்
வானத்திலிருந்து

வந்தவரோ
முறையிட முனைந்தார்

முதலில் விருந்தோம்பல்
பிறகே
விண்ணப்பம்
விவாதம்
தீர்வு என்பதில்
கடவுள்
கறாராக இருந்தார்

ஒரு சிறு துணுக்கைக்கூட
தொடமுடியவில்லை
முழுநேர மனிதரால்
உலர்ந்த நாவிலிருந்து
அவரது வார்த்தைகள்
பேசப் பேச நொறுங்கின

அப்போதுதான்
உடைந்துபோன
சுட்ட அப்பளங்களை
கணவனுக்கு மனைவியும்
மனைவிகளுக்குக் கணவனும்
தைத்துத் தரும் எந்திரம்
கண்டுபிடிக்கப்பட்டிருந்தது
நொந்துபோன விஞ்ஞானிகளால்

எப்படியோ
அந்த முழுநேர மனிதன்
தன் பிரச்சனையை
பகுதிநேரக் கடவுளிடம்
ஒப்படைக்கக் கதறினான்

அதற்குள்
பகுதிநேரக் கடவுள்
இருக்கையை விட்டு
எழுந்து போய்விட்டார்

வேறு வழியேதுமின்றி
முழுநேர மனிதன்
பகுதிநேரக் கடவுளின்
இருக்கையில் ஏறியமர்ந்து
ஏங்கி ஏங்கி
அழத்தொடங்கினான்

மழைகள் கூடி ஒரு துளியை
உதிரவிடாதபோது
அதிரத் தொடங்கியது ஆகாயம்
•

தொலைந்துபோன
என் ஒட்டகத்தைத் தேடி
என் பாலைவனத்தை
அழைத்துக்கொண்டு நடந்தேன்

சூரியனின் கண்களில்
ஒளிர்ந்த அலுப்பு
சலிப்பூட்டவில்லை
எனக்கும்
என் பாலைவனத்துக்கும்

தொலைந்துபோன
என் ஒட்டகத்தைத் தேடி
என் பாலைவனத்தை
அழைத்துக்கொண்டு நடந்தேன்

சூரியனின் கண்களில்
ஒளிர்ந்த அலுப்பு
சலிப்பூட்டவில்லை
எனக்கும்
என் பாலைவனத்துக்கும்

•

தமிழச்சி

தாயென்று சொல்வதா
தங்கையென்று கொள்வதா
பேரன்பு மட்டுமே உன்னிடம்

தமிழச்சி

தாயென்று சொல்வதா
தங்கையென்று கொள்வதா
பேரன்பு மட்டுமே உன்னிடம்

•

சிறார் இலக்கியம் எழுதுவதால் யூமா அண்ணன்
சின்ன பையனென்று எண்ணி விடாதே
அவனுக்கு வயது ரெண்டாயிரத்துக்கு மேலே

சிறார் இலக்கியம் எழுதுவதால் யூமா அண்ணன்
சின்னப்பையன் என்று எண்ணிவிடாதே
அவனுக்கு வயது இரண்டாயிரத்துக்கு மேலே

•

அன்பே

சொல்லென்று புதிராய்
இன்று
சிந்தித்தது தோழி
யாரிடமும் என்னை
சொல்லிக் கொடுத்துவிடாதே என்ற வேண்டுகையோடு
சத்தியம் வாங்கிக்கொண்டு
உச்சியில் கை வைத்து
சாட்சியாய் — அருவான்களில் பசிக்கொண்டாய்த்த வேதங்களையும்பி
திசைக்கே மேன்றிரண்டு பசிக்கொள் எடுப்பு
சத்தியத்தை மீறினால் என்
தலை
பற்றவைத்த பட்டாசாக வெடித்து
எட்டுத்திக்கும் சிதறுமென்பது
உறுதியாகிவிட்டது
இன்றும் சிலிர்க்கிறேன்
என் ஒற்றைக்கோர் மறைந்ததையடுத்து
தம்பிராய் சுர்சத்தேடு அறிகிறேன் - இளைக்கவில்லை இல்லாமலே
சிதைந்தை மறந்து சுற்றே என்னை, நான் கொல்வதற்கு காண்கிறேன்
செவியை சாய்த்து கேட்டு
சொல்லிவிட்டு போய் விடுகிறோம்

அன்பே

சொல்லொன்று புதிதாய்
இன்று
சித்தித்தது தோழி
யாரிடமும் என்னை
சொல்லிக்கொடுத்துவிடாதே என்ற நிபந்தனையோடு

உச்சியில் கை வைத்து
சாட்சியாய் - அடிவான்களில் பரிதிகளையொத்த
நிலவுகளை எழுப்பி
சத்தியம் வாங்கிக்கொண்டது

சத்தியத்தை மீறினால்
என் தலை
பற்றவைத்த பட்டாசாக வெடித்து
எட்டுத்திக்கும் சிதறுமென்பது
உறுதியாகிவிட்டது
இருந்தும் துணிகிறேன்

என் ஒற்றைக்கோர் மரணத்தையெடுத்து
கம்பீரமாய் அணிகிறேன்
நிலைக்கண்ணாடி இல்லாமலே
என்னை நான்
கர்வத்தோடு காண்கிறேன்

கழுத்தை மடித்து சற்றே
செவியை சாய்த்துக் காட்டு
சொல்லிவிட்டுப் போய்விடுகிறேன்

●

தன்னை வைத்தே
தன்னிடம்
சூதாடும் ஒருவனை
உங்களுக்கு ~~நன்றாக தெரியும்~~ தெரிந்திருக்கும்

கிளையில் ஊஞ்சல் கட்டி
அதிலமர்ந்தாட
அந்த மரத்தை கெஞ்சியழைக்கும்
அவன் பிஞ்சு உள்ளமும்
நீங்கள் அறிந்ததே

தன்னை வைத்தே
தன்னிடம்
சூதாடும் ஒருவனை
உங்களுக்குத் தெரிந்திருக்கும்

கிளையில் ஊஞ்சல் கட்டி
அதிலமர்ந்தாட
அந்த மரத்தைக் கெஞ்சியழைக்கும்
அவன் பிஞ்சு உள்ளமும்
நீங்கள் அறிந்ததே

•

கண்ணாடி இல்லாமல் வாசிக்க முடியாது
கரண்டி இல்லாமல் சாப்பிட முடியாது
கார் இல்லாமல் வெளியில் செல்ல முடியாது
கரண்ட் இல்லாமல் வீட்டில் இருக்க முடியாது
காணிக்கை இல்லாமல் கோவிலுக்கு போக முடியாது
மாத்திரை போடாமல் மது அருந்த முடியாது
மட்டன் பிரியாணியை தொட்டுப் பார்க்க முடியாது
சிக்கன் பக்கோடாவை சீண்டவே முடியாது
வட்டமேஜை மாநாட்டை திட்ட முடியாது
எட்டுமுழம் கரைவேட்டியை தாண்ட முடியாது
கொடுத்து வைத்த மகராசனின் முடியாதுகளை
பட்டியலிட்டால் – அது முடியவே முடியாது!

கண்ணாடி இல்லாமல் வாசிக்க முடியாது
கரண்டி இல்லாமல் சாப்பிட முடியாது
கார் இல்லாமல் வெளியில் செல்ல முடியாது
கரண்ட் இல்லாமல் வீட்டில் இருக்க முடியாது
காணிக்கை இல்லாமல் கோவிலுக்குப் போக முடியாது
மாத்திரை போடாமல் மது அருந்த முடியாது
மட்டன் பிரியாணியை தொட்டுப்பார்க்க முடியாது
சிக்கன் பக்கோடாவை சீண்டவே முடியாது
வட்ட மேஜை மாநாட்டை திட்ட முடியாது
எட்டுமுழக் கரைவேட்டியை தாண்ட முடியாது
கொடுத்து வைத்த மகராசனின் முடியாதுகளை
பட்டியலிட்டால் - அது முடியவே முடியாது!

•

வழிநெடுக
உதிர்ந்து கிடந்த
அவள் முத்தங்களை எடுத்து
ஒவ்வொன்றாய்
திறந்துபார்த்தபடியே
நடந்தேன்
முதல் முத்தத்தைத் தேடி

முத்தில்லாத
வெறும் சிப்பியேவென்று கிடந்த
முத்தங்களை குப்பையில்
வீசியெறிந்தபடி
மேலும் நடந்தேன்

இறுதி முத்தத்தை திறந்தபோது
இறந்து போனாள்

அதுவரை எனக்குத் தெரியாது
அதற்குள் அவள் காத்திருந்தது
•

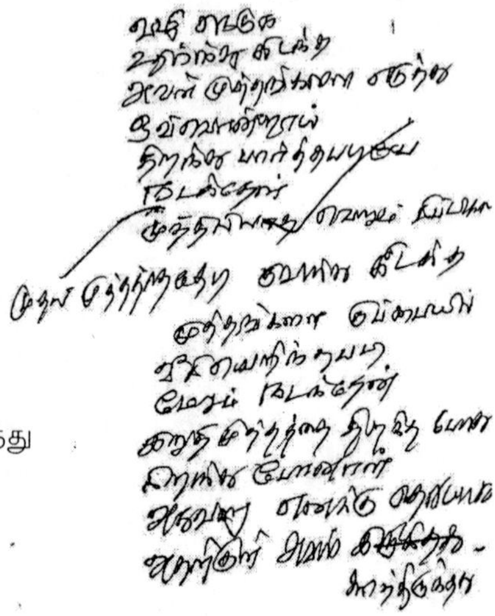

அவன்
ஒரு விபத்தில்
லாரியில் அடிபட்டு
சாலையில் இறந்து போன செய்தி
ஆறுமாதங்கள் கழித்து
அப்போதுதான் அவனுக்குக் கிடைத்தது
பதறிப் போனவன்
பருகிக் கொண்டிருந்த தேனீரை
பாதியிலேயே விட்டுவிட்டு
விபத்து நடந்த இடத்துக்கு
விரைந்தான்

அவன் ஒரு விபத்தில்
லாரியில் அடிபட்டு
சாலையில் இறந்துபோன செய்தி
ஆறுமாதங்கள் கழித்து
அப்போதுதான் அவனுக்குக் கிடைத்து
பதறிப்போனவன்
பருகிக்கொண்டிருந்த தேனீரை
பாதியிலே விட்டுவிட்டு
விபத்து நடந்த இடத்துக்கு
விரைந்தான்

●

நீலவானில் நீ
மிச்சம் வைத்துவிட்டுப்போன நிலவு
மிளிர்கிறது பச்சை நிறத்தில்
அதைக்கண்ட ஒருவனுக்கு இங்கே
சித்தம் கலங்கிவிட்டது
மண்டையோட்டுக்குள் சண்டைபோடத் துவங்கிவிட்டன
சில்வண்டுகள்
சமையலறையிலிருந்து எட்டிப்பார்க்கிறது
சாம்பிராணி வாசம்

●

பின்னிய வலையை
பிரிக்க தெரியாத
ஒரு மனித பூச்சியாகத்தான்
இருக்க முடிகிறது
இம்மண்ணில்

பின்னிய வலையை
பிரிக்கத் தெரியாத
ஒரு மனிதப் பூச்சியாகத்தான்
இருக்க முடிகிறது
இம்மண்ணில்

●

ஊரடங்கு சட்டத்தில் வெறிச்சோடி கிடக்கும்
வீதியில்
ஒரு சில அங்கிருந்த சாலையோரமும் பொருட்டு
கவனமாக தம் பாதுகாப்புகளில் அறையெடுத்து வைக்கிறது

எக்கணத்திலும் இரைபடலாம் என்ற அச்சத்தில்
குளிர் நடுங்கிக் கொண்டிருக்கின்றன
வழிபாட்டு தலங்கள்

ஊரடங்கு உத்தரவு அமலில் இருந்த நாளில்
உச்சி மத்தியான வேளையில் உலாத்திருந்த
பொழிய வந்த மழையை
ஊருக்குள் வாசியை ஏதுவாய் புறமாய் வெய்யும் படி
எச்சரிக்கையுடன் ~~[illegible]~~ கட்டளையிட்டார்கள் காவல் அதிகாரிகள்
அப்படியே கடந்தது
வெளியில் பெய்த மழையில் பெருகிய வெள்ளம்
வீதியில் நுழைந்து வருவதை கண்டதும் திடுக்கிட்ட காவலர்கள்
திரும்பிப் போகும்படி எச்சரித்தார்கள்
திரும்பிப் போகத் தெரியாமல் திகைத்து நின்றது வெள்ளம் – அதை அப்புறத்தும் நெருக்கி
வானத்தை நோக்க சுட்டார்கள் – சுட்டுக்கொண்டிருந்தார்கள்
~~[illegible]~~ அதற்கு மேலும் பொருளையற்ற ஜீவிகள்
அங்கிருந்த சாலையோரம் பொருட்கள்
~~அவைதம்~~ பாதுகாப்புகளில் மெல்ல அடையெடுத்து வைத்தன
அக்கணமே அவை படகுகளாக மாறிவிட்டன
~~[illegible]~~ உடை காணாமல் போன துக்கத்தில்
மரத்து அழத்தொடங்கியது
ஊரடங்கு உத்தரவு.
அதற்கு அனுமதி சொல்ல நினைத்த அதிகாரிகள் – இதுவரை காலயின்
~~அவர்கள்~~ வார்த்தைகளை தேடினார்கள்
அவை குண்டடிபட்டு ~~[illegible]~~ மருந்துக்கடையில் அனுமதிக்க
அவசர சிகிச்சை பிரிவில் அனுமதிக்கப்பட்டிருந்தன
✱ —

ஊரடங்கு அமலில் இருந்த நாளில்
உச்சிமத்தியானப் பொழுதில் உயரத்திலிருந்து
பொழிய வந்த மழையை
ஊருக்கு வெளியே ஒதுக்குப்புறமாய் பெய்யும்படி
எச்சரிக்கையுடன் கட்டளையிட்டார்கள் காவல் அதிகாரிகள்
அப்படியே நடந்தது
வெளியில் பெய்த மழையில் பெருகிய வெள்ளம்
வீதியில் நுழைந்து வருவதைக் கண்டதும்
திடுக்கிட்ட காவலர்கள்
திரும்பிப்போகும்படி எச்சரித்தார்கள்
திரும்பிப்போகத் தெரியாமல்
திகைத்து நின்றது வெள்ளம் - அதை அச்சுறுத்தும் நோக்கில்
வானத்தை நோக்கி சுட்டார்கள் - சுட்டுக்கொண்டேயிருந்தார்கள்
அதற்கு மேலும் பொறுமையற்ற வீடுகள்
அங்கிருந்து வெளியேறும் பொருட்டு
படிக்கட்டுகளில் அடியெடுத்து வைத்தன
அக்கணமே அவை படகுகளாக மாறிவிட்டன
ஊரே காணாமல் போன துக்கத்தில்
மாரடித்து அழத்தொடங்கியது
ஊரடங்கு உத்தரவு
அதற்கு ஆறுதல் சொல்ல நினைத்த அதிகாரிகள்
ஆறுதலான நாலைந்து
வார்த்தைகளைத் தேடினார்கள்
அவை குண்டடிபட்டு மருத்துவமனையில்
அவசரசிகிச்சைப் பிரிவில் அனுமதிக்கப்பட்டிருந்தன

●

ஜெ.பிரான்சிஸ் கிருபா

துளிர் வழியிலிருந்து வெளியே வரத் தெரியாதவர்கள்
பட்டியலில் என் பெயரையும் சேர்க்கும்படி
வழிமொழிகிறாய் - தனிமையிலிருக்கும் ஒரு சிலையைப் போல்
வெளியேறிவிடும் சுலபமான செயல் அல்ல அது என்பதும்
எனக்கும் நன்றாகவே தெரியும் - தெரிந்தே மௌனிக்கிறேன்

துவைத்து மடித்து வைக்கப்பட்ட வார்த்தைகளை
எடுத்து அணிந்து கொண்டு பிறர்களிடம் மகிழ்வாக பேசுகின்றேன்
பேசும்போதுதான் தெரிகிறது இவை அழுக்கு துணிகளென்று கிழிந்து போயிருப்பது
கிழிசல்களின் ஊடாக அவர்கள் / உள்ளே பார்த்துப் பார்க்கிறார்கள் மிக நேர்த்தியாக
இதழ்களால் ஏளனமாக சிரித்து விடுகிறார்கள்
கிழிந்து போன வார்த்தைகளை வௌவால்களாக மாற்றி
தலைகீழாக இரவுகளில் தொங்கவிடுகிறார்கள்

வலியிலிருந்து வெளியே வரத்தெரியாதவர்கள்
பட்டியலில் என் பெயரையும் சேர்க்கும்படி
வழிமொழிகிறாய்
வளையிலிருந்து ஒரு எலியைப்போல்
வெளியேறிவரும்
சுலபமான செயல் அல்ல அது என்பதும்
எனக்கும் நன்றாகவேத் தெரியும் - தெரிந்து சமாளிக்கிறேன்

துவைத்து மடித்து வைக்கப்பட்ட வார்த்தைகளை
எடுத்து அணிந்துகொண்டு நண்பர்களிடம் மிடுக்காகப் பேசுகிறேன்
பேசும்போதுதான் தெரிகிறது
அவை ஆங்காங்கே கிழிந்துபோயிருப்பது
கிழிசல்களின் ஊடாக
அவர்கள் மிக உன்னிப்பாக
கிழிந்துபோன வார்த்தைகளை
வௌவால்களாக மாற்றி
தலைகீழாக தலைக்குள் தொங்கவிடுகிறார்கள்
●

உன் கோபத்தை
நான் கோபித்துக்கொண்டால்
நீ
என்ன செய்வாய்

உன் கோபத்தை
நான் கோபித்துக்கொண்டால்
நீ
என்ன செய்வாய்
•

தனக்குத்தானே சிரித்துக்கொள்ளும்
அந்தி வேளை மனிதனைக்கண்டு
கொஞ்சூண்டு பொறாமை கொண்டால்
நீ கொடுத்துவைத்தவன்
அரை லூசு என நினைத்தால்
உனக்கு மரை கழண்டு போய்க்கொண்டிருக்கிறது
என்று அர்த்தம்
.

புன்னகைகளை மொழி பெயர்ப்பவன்
என் புன்னகைகளை மட்டும்
ஏனோ புறக்கணிக்கிறான்

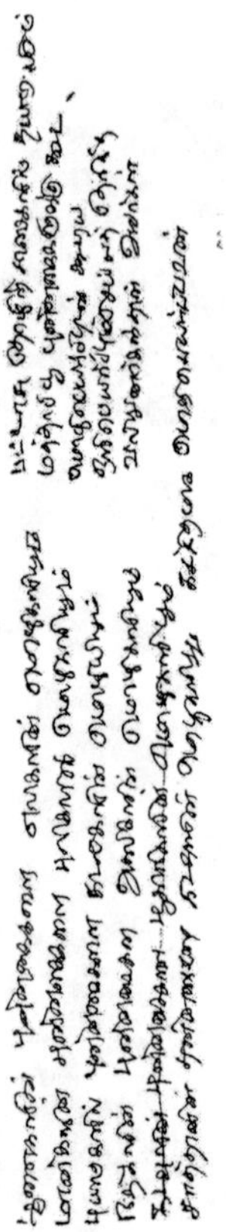

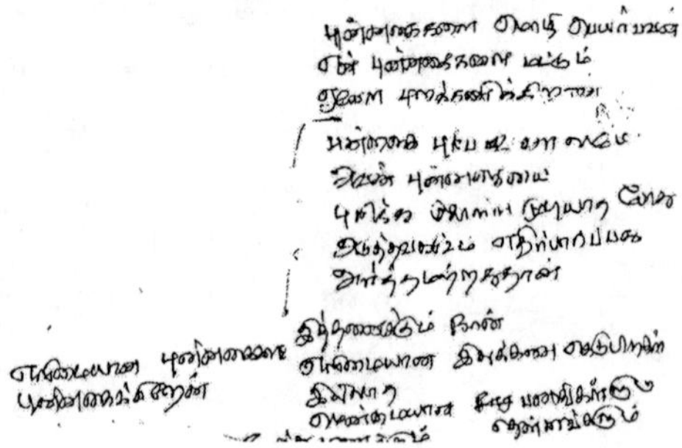

புன்னகைகளை மொழிபெயர்ப்பவன்
என் புன்னகைகளை மட்டும்
ஏனோ புறக்கணிக்கிறான்

பூனைகளின் புன்னகைகளை எலிகளின் மொழிகளிலும்
மான்களின் புன்னகைகளை புலிகளின் மொழிகளிலும்
புயல்களின் புன்னகைகளை கடல்களின் மொழியிலும்
சாத்தானின் புன்னகைகளை கடவுளின் மொழியிலும்
கச்சிதமாக மொழிபெயர்ப்பவன்
பட்டாசுத் தொழிற்சாலைகளில் தயாராகும்
மத்தாப்பூ புன்னகைகளுக்குக் கூட
மொழிபெயர்ப்புடன் கூடிய
ஒலிபெயர்ப்பும் செய்யத் தெரிந்த
வல்லுனர்கள்தான் அவர்கள்

இத்தனைக்கும் நான்
எளிமையான இலக்கணக் கெடுபிடிகள் இல்லாத
மென்மையான
பனங்கள்ளும் தென்னங்கள்ளும்
கலந்து மணக்கும்
எளிமையான புன்னகையையே
புன்னகைக்கிறேன்
●

நாளுக்கு நாள்
கொஞ்சம் கொஞ்சமாக வளர்ந்தால்
அது நல்ல நிலவு
பிறையிலிருந்து ஒரே நொடியில்
பௌர்ணமியாய் நிறைந்தால்
அது நல்ல கனவு
கனவுகளில் நிலவுகள் வருவது நல்லது
நிலவுகள் காணும் கனவுகளில் நீங்கள் வந்தால்
ரொம்ப ரொம்ப நல்லது!

நாளுக்கு நாள்
கொஞ்சம் கொஞ்சமாக வளர்ந்தால்
அது நல்ல நிலவு

பிறையிலிருந்து
ஒரே நொடியில்
பௌர்ணமியாய் நிறைந்தால்
அது நல்ல கனவு

கனவுகளில் நிலவுகள் வருவது நல்லது

நிலவுகள் கானும் கனவுகளில்
நீங்கள் வந்தால்
ரொம்ப ரொம்ப நல்லது!

●

இரவு பொழுதுகளில்
விண்ணில் எரியும் விளக்குகளுக்கெல்லாம்
எண்ணெய் ஊற்றி
விடிய விடிய சுடரவிடுவது யார்

இரவுப் பொழுதுகளில்
விண்ணில் எரியும்
விளக்குகளுக்கெல்லாம்
எண்ணெய் ஊற்றி
விடிய விடிய
சுடரவிடுவது யார்

●

புதிது கூடத்திலிருந்த ராஜாவே ஒரு மாறாதோன்
நீபெயாள் ரீபெப்பை
காரணாதி ரோவம் கொட்டின் சுனாதிபதி ஆடித்துப்பார்கும
அதிமியானதுறின்ற எருபெதுதானாக அதணாகி நிலம்
மறுவாந்த லாட்டர் ரீபெப்பை
நாட்டு மக்களுக்கு தன் முகத்தை காட்டக்கட அவன் விரும்பவில்லை
தண்ணீரில்லாத கூஞ்சுச்சிப் மீன்சாதம் சுவாரிக்கும் போது
மின்சாரத்திலிருந்து மீன் தன்னிச் சுயாரிக்க முடியாது என்ற போன்லியே
அவன் ஆயினை அசௌசயம்பாக்க மாணாக மற்றோரு
அதை நிமிர்த்தாமல் வெகுலே அழ விரும்பியில ரீபெப்பை
ஞானி கடந்து சற்றி அடைந்தி சுனித மணிநேரமும்
அநுதலமைந்திய ராஜா வீரர்கள் இதத்தப்பட்டுள்ளார்கள்
அமசுக்கு துக ரெட்டுட்ட லோரானி

        இறப்பட்டு எனர்கள்
        எய்கல பலரைத்துய்யானை
        மயிறபும்
        காரீயீல் தொடை அமிர்திழுர்கள்
        எறந்த குக்கி வெகது டுக்கானியாள

        கட்டக தூக்கி வெடியல போரானை
        & எய்யு கடத்தக்கிற போலானா எங்கு
        அறுகியூறு ராஜா ராஜாயிக்
        & சுக்கின்

ஆய்வுக்கூடத்திலிருந்து வெளியே வர மறுக்கிறார்
ஆய்வாளர் ரீபெப்பே
காணொளி மூலம் நாட்டின் ஜனாதிபதி அழைத்துப்பார்த்தும்
வரமுடியாதென்று வரட்டுத்தனமாக
வானொலி மூலம் பதிலளித்துவிட்டார் ரீபெப்பே
நாட்டு மக்களுக்கு தன் முகத்தைக் காட்டக்கூட
அவர் விரும்பவில்லை
தண்ணீரிலிருந்து மின்சாரம் தயாரிக்கும்போது
மின்சாரத்திலிருந்து ஏன் தண்ணீர் தயாரிக்க முடியாது
என்ற கேள்வியே
அவர் ஆய்வின் முதுகெலும்பாக வளைந்து நிற்கிறது
அதை நிமிர்த்தாமல் வெளியே வர விரும்பவில்லை ரீபெப்பே
ஆய்வுக்கூடத்தைச் சுற்றி இருபத்தி நான்கு மணிநேரமும்
ஆயுதமேந்திய ராணுவ வீரர்கள் நிறுத்தப்பட்டுள்ளார்கள்
அரசுக்கு இது வெட்டிச்செலவென்று
... ... வருத்தப்பட்டுள்ளார்கள்
... ... பாதுகாப்பை பலப்படுத்தியுள்ளன
... ... படியும்
... ... இந்திய அரசை எச்சரித்துள்ளன
... ... என்று முக்தி முக்கேஷ் முங்கானி லாலா
... ...
... ...
... ... கட்டாகத் தூக்கி வெளியில் போடலாமா
... ... ஆய்வுக்கூடத்துக்குள் போடலாமா என்று
... ... கொண்டிருக்கிறது ஐநா சபையில்
... ... ஆய்வில்
... ... ஆய்வுக்கூடத்தில் இயங்கிக்கொண்டிருக்கிறார் ரீபெப்பே
•

குறிப்பு: இங்கு புள்ளி வைக்கப்பட்டுள்ள பகுதி கிழிந்திருக்கிறது.

௦

பொழுது விடிகிற அதிகாலையின் [illegible] [illegible] [illegible]
எழுந்து முகம் கழுவாமல் முதல் டீயை குடித்துக் கொண்டிருக்கும்
போது பக்கத்திலிருந்த ஒரு வெளியவர் "டாக்டர் அண்ணாச்சி தேவமா
நீ நல்லா தூங்கிட்ட" என்று ஆரம்பித்து கூறிய தகவல் நெஞ்சை
ரெண்டாக பிளந்தது. திக்பிரமை பிடித்தவன் போல் எந்த உணர்ச்சி
யுமின்றி மிச்ச டீயையும் குடித்து முடித்தேன்.
ஒரு முறை பயணத்தின் போது ஓடும் ரயிலில் வாசலருகே நின்று
சிகரெட் குடித்துவிட்டு மீதத்தை தூக்கி வெளியில் போட்டேன்
நிலத்தில் விழுந்த வேகத்தில் எழுந்து ராக்கெட் போல் பாய்ந்து
சென்று அடுத்த பெட்டி ஜன்னல் கம்பியை விளாசியது. திரும்பி
வந்து போனது.
என்னையும் அறியாமல் கண்களில் நீர் இறங்கிக் கொண்டிருந்தது
படிக்கட்டில் கால்வைத்தபடி வாசலில் அமர்ந்து காற்று வாங்கியபடி
வந்திருக்கிறான்
நள்ளிரவில் ஒரு எக்ஸ்பிரஸ் ரயில் நல்ல வேகத்தில் சென்று கொண்டிருக்
கிறது. காற்று வாங்கியவன் அப்படியே கண்ணயர்ந்திருக்கிறான்
~~[illegible]~~ தூக்கத்தில் நழுவி கீழே விழுந்திருக்கிறான்
இருட்டுக்குள் விழும் சத்தம் மட்டும் கேட்டிருக்கிறது
உடலத்தை யாரும் பார்க்கவில்லை.

இன்றுவரையிலும் அவ்வப்போது நினைவில் வந்து போகிறது
மிஸ்திரி ராஜீவின் முகமும் அண்ணே அண்ணே என்ற அன்பான
குரலும்.
அவனை எங்கோ அழைத்துச் சென்றிருக்கிறாள் அந்த ரயில்த்து
சுடுக்கப்பட்டிருக்குமோ? அவனை நான்தான் கொன்று விட்டேனோ
என்ற குற்ற உணர்ச்சி இருபது ஆண்டுகளை கடந்தும்
இன்னும் நெஞ்சில் நிறைந்து கொண்டிருக்கிறது
மஸ்திரி ராஜீ பார்க்க ஆசைப்பட்ட மும்பையை எழுத்தால் வரைவிலாவது
சுத்தி பார்த்து அவன் ஆத்மாவிற்கு காணிக்கையாக படைக்கும்
முயற்சிதான் இந்த நாவல்.

பொழுது விடிந்து அதிகாலையில் எழுந்து முகம் கழுவாமல் முதல் டீயைக் குடித்துக்கொண்டிருக்கும்போது பக்கத்திலிருந்த ஒரு பெரியவர், "நைட்டு என்னாச்சு தெரியுமா. நீ நல்லாத் தூங்கிட்ட" என்று ஆரம்பித்து கூறிய தகவல் நெஞ்சை ரெண்டாகப் பிளந்தது. திக்பிரம்மை பிடித்தவன்போல் எந்த உணர்ச்சியுமின்றி மிச்ச டீயையும் குடித்து முடித்தேன்.

ஒரு முறை பயணத்தின்போது ஓடும் ரயிலில் வாசலருகே நின்று இளநீர் குடித்துவிட்டு, பத்தையைத் தூக்கி வெளியில் போட்டேன். நிலத்தில் விழுந்த வேகத்தில் எழுந்து ராக்கெட் போல் பாய்ந்து சென்று, அடுத்த பெட்டி ஜன்னல் கம்பியை வளைத்தது நினைவுக்க வந்து போனது. என்னையுமறியாமல் கண்களில் நீர் இறங்கிக்கொண்டிருந்தது.

படிக்கட்டில் கால் வைத்தபடி வாசலில் அமர்ந்து காற்றுவாங்கியபடி வந்திருக்கிறான். நள்ளிரவில் நடுக்காட்டில் ரயில் நல்ல வேகத்தில் சென்று கொண்டிருந்திருந்திருக்கிறது. காற்று வாங்கியவன் அப்படியே கண்ணயர்ந்திருக்கிறான். தூக்கத்தில் நழுவி கீழே விழுந்திருக்கிறான். இருட்டுக்குள் விழும் சத்தம் மட்டும் கேட்டிருக்கிறது. உருவத்தை யாரும் பார்க்கவில்லை.

இன்று வரையிலும் அவ்வப்போது நினைவில் வந்துபோகிறது மிஸ்திரி ராஜுவின் முகமும், 'அண்ணே, அண்ணே' என்ற அன்பான குரலும்.

அவனை என்னோடு அழைத்துச் சென்றிருந்தால் அந்த விபத்து தடுக்கப்பட்டிருக்குமோ? அவனை நான்தான் கொன்றுவிட்டேனோ என்ற குற்ற உணர்ச்சி இருபது ஆண்டுகள் கடந்தும் இன்னும் நெஞ்சில் குமைந்து கொண்டிருக்கிறது.

மிஸ்திரி ராஜு பார்க்க ஆசைப்பட்ட மும்பையை எழுத்து வடிவிலேனும் சித்தரித்து அவன் ஆன்மாவிற்கு காணிக்கையாகப் படைக்கும் முயற்சிதான் இந்த நாவல்.

•

குறிப்பு: ஜெ.பிரான்சிஸ் கிருபா எழுத உத்தேசித்திருந்த 'ஏறக்குறைய இறைவன்' நாவலின் முன்னுரையாகவும், சமர்ப்பணமாகவும்...

வழிகளில் நடந்து
போகவே முடியவில்லை
கால்களை கடந்து

வழிகளில் நடந்து
போகவே முடியவில்லை
கால்களைக் கடந்து
●

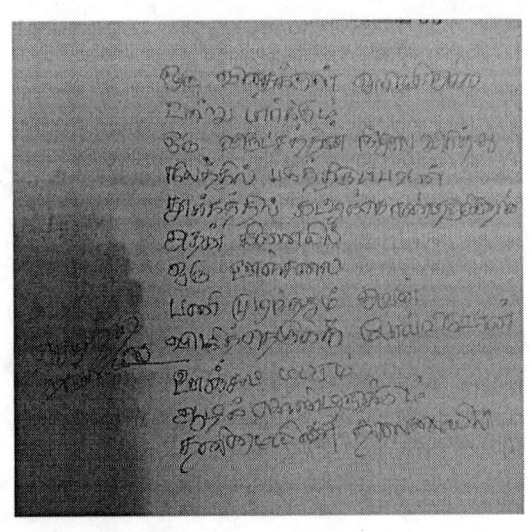

ஒரு விதைக்குள் ஒளிந்திருந்து
உற்றுப்பார்க்கும்
ஒரு விருட்சத்தின் நிழலை விரித்து
நிலத்தில் படுத்திருப்பவன்
தூக்கத்தில் கட்டிக்கொண்டிருக்கிறான்
அதன் கிளையில்
ஒரு ஊஞ்சலை
பணி முடிந்ததும் அவன்
விழித்தெழுந்து போய்விடுவான்
ஏதுமற்ற
வெளியில்
ஊஞ்சல் மட்டும்
ஆடிக்கொண்டிருக்கும்
தனிமையின் தலைமையில்

●

உயிரை தாண்டி
செல்லத்தான் விழைகிறது
மனம்
அவர் தம் உயிரை
எவரும்
தாண்டவே முடியாது
என்ற உண்மைதான்
எதிரில் நிற்கிறது
இருந்து பார்த்தாலும்
இறந்து பார்த்தாலும்

உயிரை தாண்டி
செல்லத்தான் விழைகிறது
மனம்
அவர் தம் உயிரை
எவரும்
தாண்டவே முடியாது
என்ற உண்மைதான்
எதிரில் நிற்கிறது
இருந்து பார்த்தாலும்
இறந்து பார்த்தாலும்

●

படைப்பு பதிப்பக வெளியீடுகள் – 2024

1. அந்தாதி - ஆண்டன் பெனி
2. கருப்பா இருக்கிறவன் பொய் சொல்லமாட்டான் - ஆண்டன் பெனி
3. நீர்ப்பரணி - எம்.எம்.தீன்
4. ஊழ் - விக்ரமாதித்யன்
5. ஏடகம் - விக்ரமாதித்யன்
6. சும்மா இருக்க விடாத காற்று - விக்ரமாதித்யன்
7. தற்காலச் சிறந்த கவிதைகள் - விக்ரமாதித்யன்
8. அவன் - அவள் - விக்ரமாதித்யன்
9. கிரகயுத்தம் - விக்ரமாதித்யன்
10. கவிதை ரசனை - விக்ரமாதித்யன்
11. சுடலைமாடன் வரை - விக்ரமாதித்யன்
12. தன்மை முன்னிலை படர்க்கை - விக்ரமாதித்யன்
13. தெளிவின்மையின் இன்பம் - கரிகாலன்
14. 90'ஸ் கிட்ஸ் - பிரபுசங்கர் க
15. ஹைக்கூ தூண்டிலில் ஜென் - II - கோ.லீலா
16. அம்பேத்கரும் சூழலியலும் - கோ.லீலா
17. சிவப்பு நிறத்தில் ஒரு வானம் - லக்ஷ்மி
18. முன் மாதிரிமங்கலம் - பெரியார் சரவணன்
19. ஹைட்ரோ கார்பன் - பெரியார் சரவணன்
20. சற்றுமுன் விலைக்கு வைக்கப்பட்ட கவிதை - மு.ரகுபதி
21. கங்குல் காதலி - அபூ சுகந்தன்
22. கிறிஸ்டினா அருள்மொழி கவிதைகள் - கிறிஸ்டினா அருள்மொழி
23. நான் வாழவேண்டும் - திப்பு ரஹிம்
24. யானையின் தும்பிக்கையும் புத்தரின் கரமும் - ரகுநாத் வ

25. சினிமா உலக சினிமா - கவிஜி

26. லூபா யானை - சு.பிரவந்திகா

27. இலை விரித்தது வேர் கிளை எரித்தது யார்? - தஞ்சை விஜய்

28. சாய்ந்தது மரம் சாய்த்தது கரம் - தஞ்சை விஜய்

29. வேடு - மா. காளிதாஸ்

30. நீர் பருகும் தாகங்கள் - காதம்பரி

31. டோடோ - அன்புச்செல்வி சுப்புராஜு

32. தனியொரு அன்றில் - மணி அமரன்

33. பாடலின் பின்குறிப்பு - ஏகாதசி

34. தாழப்பறக்கும் பருந்து - அன்பழகன்ஜி

35. ஓலங்கள் சுழலும் உடைந்த இசைத்தட்டு - ஜெ.பிரான்சிஸ் கிருபா

36. அம்மாவின் காதலன் - அ. முத்துவிஜயன்

37. சட்டையை உரித்துக்கொள்ளும் பாம்பு - அமிர்தம் சூர்யா

38. மரபணுக்கள் - வாவ் சிக்னல் - 2 - ராம் பிரசாத்

39. பாஷோவின் பழைய குளம் - முகமது பாட்சா

40. புளிப்புக்கனிகள் - சி.எம்.முத்து

41. ஏற்கனவே & பெருங்கடலின் அரக்கன் - எலியாஸ் ஜான்ஜோசப்

42. ஊதாப்பூக்களின் சுழற் படிக்கட்டுகள் - ஜின்னா அஸ்மி

43. அரிதாரம் பூசிய அர்த்தநாரி - சலீம்கான் (சகா)

44. நதியும் கடலும் - 1 - வீரசோழன் க.சோ. திருமாவளவன்